Pratyushamu

DrSripada Gopalakrishna

విజ్ఞప్తి.

పెద్దలకు నమస్య.

ఆంధ్రవిద్యకుఁ బ్రాణమైన ప్రబంధరచన మిగులఁ బ్రాఁబడి, తొల్దొల్త నే రూపమున నవతరించెనో యా రూపముననే మార్పులేక నడచుచున్నదగుటను, నూతనసత్త్వమే రచనలకు చైతన్యము సమకూర్పఁగల్గిన దగుటను, తద్రచనలో కొన్ని క్రొత్తత్రోవలు కావలయుననుసంచలన మాధునికభాషాభిమానులలోఁ గొంతవర కిదివరకే నెలకొనియున్నది. ఈక్రొత్తఁదన మాంధ్రప్రబంధములకుఁ దెచ్చిపెట్టు సందర్భమున, పూర్వప్రబంధముల సన్మార్గములఁగూడ సాంతముగ నాశనముచేసి, పూర్వవాఙ్మయరూపములనన్నిఁటిని తుడిచివేసి యన్యభాషలనుండి నూత్నమర్యాదలఁ దెచ్చిపెట్టుకొనుటే కర్తవ్యమని నవీనులలో చాలమంది మతమైయున్నది.

పూర్వు లవలంబించిన మార్గములు మనహృదయములను, భావములను, సులువుగాఁ బ్రదర్శించుట కాటంకములుగా నున్నను, ననువుగా లేకున్నను మనము వానిని విసర్జింపవచ్చును. లేక పూర్వపద్ధతులకన్న నింకను సుకరములని తోఁచినచో నితరనూత్నపద్ధతులఁ దెచ్చిపెట్టుకొనవచ్చును. ఏదియులేని యకటావికటపు మార్పులు కల్పించుకొను టెట్టి వివేకము ? ప్రాచీనపద్ధతులలోని మంచి నట్లేయుంచి, యవాచీనవాఙ్మయములందలి మెఱుఁగులనుగూడ గ్రహించి, వానికి తెలుఁగుఁదన మిచ్చి, నూతనమార్గముల నిర్మించుకొనుటయే సమీచీనమగు కార్యమని నాయభిప్రాయమగుట నూత్నవిధమగు ప్రబంధ మొకటి వ్రాయ సమకట్టి నే నిప్పునికిఁ బూనుకొంటిని.

ఇం దేమినూతనత్వమున్నదని యెల్లరనుండి ప్రశ్నలు వచ్చుట సహజము: కాని యీ యీ క్రొత్తనియమముల నేర్పఱచుకొంటినన్న నాయాయి నియమముల నెక్కడ తప్పిచరింతునో చూతమనియే పురోభాగులు గ్రంథపఠనముఁ గావింపఁగడంగుదురు. కాన సహృదయులగు చదువరుల చేతికి గ్రంథ మర్పించుకొనుచున్నాను. రసజ్ఞులకు ముంజేతికంకణమును జూపు నద్ద మవసరముండదనుకొందును. వ్యవహారమున బాగుగఁ బ్రచారములోనుండి కేవలము నిఘంటువులలో లేనంతమాత్రమునఁ గావ్యకర్తలచేఁ ద్రోసివేయఁబడుచున్న యర్థవంతములగు పదములను కొన్నింటిని నేను బుద్ధిపూర్వకముగనే యీ కావ్యమున వాడుకొంటిని.

తాఁ గన్నపాప కందమున్నను, లేకున్నను, ప్రసవవేదన నొందుట తప్పనిధర్మమగుటచేత తల్లికి బిడ్డ యెప్పుడును ముద్దులమూటయే యగును. అట్లే వ్రాసినకష్టము తనదగుటచేత కవికి తనకావ్యమెప్పుడును ప్రశస్తమైనదే యగును.

'కిం కవే స్తస్యకావ్యేన కిం కాండేన ధనుష్మతః
పరస్యహృదయే లగ్నం, న ఘూర్ణయతి యచ్ఛిరః'

కాని పరులహృదయములందు లగ్నమై వానిని ఘూర్ణింపఁ జేయనిదే కావ్యము సార్థకముగాదని పెద్దలనుడువు కనుక నాచిఱుకబ్బముయొక్క గుణాగుణ పరిశీలనము, వాత్సల్యమునకు కఱప్రుగాని హృదయములుగల రసజ్ఞులకే విడచిపెట్టుచున్నాను.

ఇట్లు,

గ్రంథకర్త.

శ్రీమత్పరదేవతాయైనమః

అభిప్రాయములు.

"ప్రత్యూషము" అను పేరుగల యీపొత్తము కొమరవోలు వెంకటసుబ్బారావుగారు విరచించిన చక్కని ప్రౌఢకావ్యము. కథ కల్పితము, కవితనిర్దుష్టము; యతికనిగాని ప్రాసమునకనిగాని యెచ్చటను వెదకికొన్నట్లు కనుపట్టదు. భావములు పూర్వులకును నవీనులకును సంబంధించియుండును. ఇప్పటికవులలో ఈయనవంటి కవులు చాల తక్కువగ నుందురని నా తాత్పర్యము.

కడియము, తూ॥ గో॥ జిల్లా,
ది 16—5—35.

(సం॥) చెళ్లపిళ్ల వెంకటశాస్త్రి,
శతావధాని.

ANDHRA UNIVERSITY,
WALTAIR.

మ॥ రా॥ శ్రీ కొమరవోలు వెంకటసుబ్బారావుగారు రచించిన "ప్రత్యూషము" అనుకావ్యమును శ్రద్ధతో సాంతముగా చదివి యానందించితిని. ఇందు ప్రతిపాదింపబడిన విషయము ప్రకృతిసంబంధియై అతిగంభీరమైనది. అది ప్రపంచించినరీతియు చాల హృద్యముగానున్నది. శైలియు తదనుగుణముగా పొందుపడి ప్రాచీనప్రబంధముల శైలిని తలపించుచున్నది.

సర్వథా నిర్దుష్టమును రసవంతమును అయిన యీకావ్యము ప్రకటింపబడి వన్నెకెక్కుగాకయని కోరెదను.

ది 10-6-1935.

(సం.) పింగళి లక్ష్మీకాంతం, ఎం. ఏ.

శ్రీ రస్తు.

మ॥ రా॥ రా॥ శ్రీ కొమరవోలు వెంకటసుబ్బారావుగారు రచించిన "ప్రత్యూష" మను ప్రబంధమును కవిగారు నాచెంతఁ బఠింపఁగాఁ జాలభాగము సవిమర్శముగా నేను వింటిని. ఇది పూర్వకవుల ప్రబంధమువలె గంభీరమై, ప్రౌఢమై, మనోహరమైయున్నది. ఇందలి కథ, కవి తనబుద్ధినెంతయో యుపయోగించి కల్పించినది. ఇందలి పాత్రలనామములన్నియుఁ బ్రకృతిననుసరించినవియే. "ప్రత్యూష" మనుపేరుచే ప్రకృతి యెట్టిదో పాఠకులకుఁ దేటతెల్లంబుకాకపోదు. దానిని సంబంధించి కథాసంవిధానము చక్కఁగఁ గూర్పబడినది. కవి చదువఁగా వినుచున్నప్పుడు నాకుఁ బెక్కుస్థలములఁ బులకాంకురము లొదవిన వనుట యతిశయోక్తికాదు. పద్యములు హృద్యములు; పోఁకడలు పెక్కుస్థలముల శ్రీనాథు ననుకరించుచున్నయవి. ఇట్టి భావగర్భితమైన ప్రబంధములు రచించుట సామాన్యకవులకు దుర్లభము. ఇక్కవి పట్టపరీక్షం గృతార్థుఁడగుటయేకాక మంచిసంస్కృతాంధ్రసాహిత్యమును సంపాదించిన పండితుఁడని నాకుఁ దోఁచెను. పిన్నవయసునందే యిట్టికవిత్వ మల్లనేర్చిన యిక్కవి చిరంజీవియై యిట్టి ప్రబంధములఁ బెక్కులొనరించి, ఆంధ్రభాషామతల్లికి వన్నెదెచ్చి, ఆంధ్రలోకము నుద్ధరించుగాక యని పరమేశ్వరుని ప్రార్థించుచున్నవాఁడను

రాజమహేంద్రవరము,
ది 29—7—35.

(సం॥) శ్రీపాద కృష్ణమూర్తిశాస్త్రి.

మహారాజశ్రీ కొమరవోలు వెంకటసుబ్బారావుగారు రచియించిన "ప్రత్యూషము" అనుకావ్యమును వింటిని. ఇతివృత్తము కేవలము కల్పితము; ఐనను మనోహరముగా నున్నది. కవిత్వము గంభీరమై- భావగర్భితమై- మిక్కిలి రసవంతమై హృదయంగమముగా నున్నది.

రాజమహేంద్రవరము,
ది 16—6—35.

(సం.) చిలకమర్తి లక్ష్మీనరసింహము.

కథాసంగ్రహము.

తొల్లి రోదసీనామకపురమును కలిదేవుఁ డనురాజు పాలించుచుండెను. అతని భార్య ఘటన. ఆదంపతులకు సుజని రజని యని యిద్దఱు పుత్రిక లుదయించిరి. పుష్కరుఁ డనురాజునకును, మేచక యనునాతనికళత్రమునకును బ్రభవించిన యగణ్యములగు సంతానమునం దగ్రగణ్యులై వెలయు నరుణవరరుచులకు సుజనీ రజనుల నిచ్చి కలిదేవుఁడు వివాహ మొనర్చెను. కలిదేవునిపంపున నరుణవరరుచులు విశ్వమంతయుఁ బ్రేమచే దిగ్విజయ మొనర్చి యరుదెంచిరి. కార్యభార మధికమగుటను విశ్వప్రపంచమున సగపాలును వరరుచి కిచ్చి, యరుణుఁడు జనులఁ బాలింపఁ దొడఁగెను. అన్నవలెఁ దేజస్విగాని వరరుచిని జనులు కొంచెము తక్కువచూపునఁ జూడఁజొచ్చిరి. ఈసంగతి నెఱిఁగిన తమోసురుఁ డనుదనుజుఁడు వరరుచిచేఁ బాలింపఁబడు జనులను బాధింపసాగెను. వరరుచికిని తమోసురునకును యుద్ధమయ్యెను. వరరుచి పరాజితుఁడు కానున్న యవసరమున నరుణుఁడు వచ్చి యనుజుని రక్షించెను.

విహారవశమునఁ దిరుగుచున్న వరరుచి కోకసరస్తీరమునఁ గుముదిని యనుకన్యక కనఁబడెను. ఆమెనుగూడి యాతఁడు సుఖించుచుండ తమోసురుఁడు మాయచేసి కుముదినీ వరరుచులను దనగుహ కీడ్చుకొనిపోయెను. ఎల్ల కార్యముల నిర్వహించుటకును బ్రజల కగు నీతిసాధనము హింసయేగాని ప్రేమ యెంతమాత్రమును గాదనియు, నరుణవరరుచులు విశ్వమును బ్రేమచే జయించు టొకకపటనాటక మనియు, జగమును హింసచేఁ దా జయింతుననియు నిశ్చయించి, దానికై, ప్రథమప్రయత్నముగాఁ బ్రేమకుఁ బ్రతినిధి యగు వరరుచిని వధింపసమకట్టి, యాతనిశరీరమును దమోసురుఁడు కొంచెముకొంచెముగా భక్షించుచుండెను. అరుణుఁడు వరరుచిని వెదకుచు దనుజునిగుహకు వచ్చి మాంసమాత్రావశిష్టుఁ డగుతమ్మునిఁ జూచి, తమోసురు నోడించి, యగ్ని మంత్రమునఁ దనశరీర కాంతిచేఁ బొదిగి తమ్మునిఁ బునర్జీవితుఁ గావించెను. అసురుఁడు కమలిని యనుకన్యకను దెచ్చి యరుణునకు సమర్పించి తనమెయిఁ దా నెటకేనిఁ బోయెను. విధినిబంధనలప్రకారము పదునాల్గుసారు లిట్లసురుఁడు వరరుచిశరీరకాంతిని కబళించుటయు, నరుణుఁడు వానిని మరలఁ బొదుగుటయు నీవిధముగాఁ గాలము గడచుచుండఁగాఁ, గమలినీ కుముదినులతోఁ గలసి యన్నదమ్ములు సుజనీరజనులను జూడేగిరి. అందువలన సవతులకు కలత లేర్పడెను. రజని మాయోపాయముచే సపత్నుల నొకకారాగారమునఁ బడఁద్రోచి యింటికి వచ్చెను.

ఒకసారి శిరఃపర్యంతము వరరుచిశరీరవ్యాప్తిని దినదినము హరించుచుండియు నరుణుఁడు మరల వానిని గాంతిచేఁ బొదుగుకొనుచు సిద్ధముగా నుండెను. అట్టిస్థితిలో వరరుచి రజనితో వనముల కేగి, కొంతతడవు విహారమొనరించి, యామె యంకమునఁ దల నిడుకొని విశ్రమించెను. రజని యాతనిమోవిఁ గఱచి పారవశ్యము నొంది సొక్కెను. ఇంతలో పరిసరకుడుంగములనుండి యొక సర్ప మరుదెంచి వరరుచిశిరస్సును గూడఁ గఱచి యాతని నిర్జీవు నొనర్చెను. మగనిపై ఖరి యేమియుఁ దెలియక కళవళపడు రజనికి స్వర్వాణి తాను చూచెడి దంతయుఁ బ్రథమసృష్టి యనియు, దానియొరవడిఁబట్టి భవిష్యత్సృష్టి నొనర్చుటకు విరించి దానిని గల్పించె ననియు, జీవితము, కాలము, భౌతికము మున్నగు విషయములఁ దెలుపుచు సందర్భవశమున సృష్టియంతటికిని స్త్రీపుంసమిథునమే కారణమగుటఁ బతిపత్ని కుండు గణ్యత విధవ కుండ దనియు, విధిప్రేరితమై వచ్చియే కాకోదరము వరరుచిని జంపె ననియుఁ జెప్పెను. అంత రజని పన్నగముపైఁ దన యమర్షము, రెట్టింప, నిరువురి మృత్యువేదనలకుఁ గారణమైనందున, నాయురగమును మాసమునకు రెండుసార్లు మరణవ్యథ బ్రదికియుండగనే ననుభవించి శరీరత్యాగ మొనర్పు మని శపించెను. తాను వరరుచిని గఱచుటకుఁ గారణము విధిప్రేరణమే యని స్వర్వాణి చెప్పినను వివేకముమాలి తన్నట్లు శపించినందులకుఁ బన్నగము కినిసి, రజని యంతగా దానసహ్యించుకొనెడు వైధవ్యదుఃఖమును మాసమున కొకసారి మగఁ డుండఁగనే యనుభవింపుమని యామెకుఁ బ్రతిశాప మిచ్చెను. అంత నొకమహాప్రళయ ముద్భవించి యాసృష్టిని నాశన మొనర్చెను. ప్రళయానంతరము ప్రత్యూషమగుటయు, చండతేజఃపుంజములతో నరుణుని సహితుఁడై సహస్రకరుఁ డరుగుదెంచును. తమోసురుని తత్వబోధకములగు హింసాసూత్రము లంతర్హితములగును. కర్మసాక్షులగు సుజని రజని, కలిదేవుఁడు, పుష్కరుఁడు మున్నగు సమయాధిష్ఠానదేవత లందఱొక్కచోటఁ గలయుదురు. ఇట్లందఱొక్కచోట గలసిన సమాధివేళయే ప్రత్యూషము.

అంతరార్థప్రశంస.

కథ నడచుచున్నప్పుడు కవి భావమయశరీరమును దాల్చి యంబరమునఁ దేలుచుఁ దాను స్వయముగను బ్రత్యక్షముగను జూచి చెప్పుచున్నట్లు వ్రాయఁబడినది. ఒకానొక భావప్రపంచమును దర్శించుచుండ కవి వర్ణించుటతోఁ బ్రారంభమై, ప్రస్తుతప్రపంచపరిస్థితులకును దానికిని సంబంధ మేర్పఱచుటతోఁ గావ్యము ముగియును. ఇందలి పాత్రము లన్నియుఁ బ్రకృతితో సంబంధించినవే. కలిదేవుఁ డనఁ గాలము; ఘటన, పరిణామశక్తి; రజని రాత్రి; సుజని, పవలు; పుష్కరుఁ డాకాశము; తన్నీలవర్ణము మేచక; వారిపుత్రులగు రుణవరరుచులు, సూర్యచంద్రులు; తమోసురుఁడు, చీకటి; కమలినీకుముదినులు, కమలము,

కలువ; తమోసురుఁడు వరరుచి నాహరించుటయు, నరుణుఁ డాతనిఁ బునర్జీవితునిగాఁ జేయుటయు, చంద్రుని కళలు పక్షద్వయమునందు క్షీణించుట, పెంపొందుట; అమావాస్య నాఁడు చంద్రుఁడు కానరాకుండుట రజనికి వైధవ్యము; సర్పము కుబుసము విసర్జించుట దేహత్యాగ మొనర్చునని రజని యిచ్చిన శాపమునకు ఫలము. ఇత్యాదులు.

బ్రహ్మపదార్థముగాఁ జెప్పఁబడిన సవిత సత్త్వగుణమున కధికారిదేవతగా గ్రహింపఁబడినది. కొక్కోకవాత్స్యాయననామలచే స్త్రీల కళాస్థానములకును, తిథుల మార్పులకును జెప్పఁబడిన సంబంధము ననుసరించియే కాక వేదవచనము ననుసరించికూడ స్త్రీ రజోగుణము, చంద్రమస్తేజముతో సంబంధముగలదిగా వ్యవహరింపఁబడును గాన జైవాతృకుఁడు రజోగుణాధిదేవతగా వచింపఁబడినది. తమస్సే తమోగుణమున కధికారియనుట కేతత్త్వదస్వరూపము దగ్గఱనుండియుఁ బ్రమాణమే. ఇట్లు ప్రకృతిలో సత్త్వరజస్తమములు నిరూపింపఁబడినవి. తద్గుణత్రయలక్షణములు, తదధికారపాత్రములకును, తత్సంబంధిజనులకు నెట్లుపట్టినవో పరిశీలించి పఠించినవారికెల్ల సులభగ్రాహ్యములు.

ప్రేమచే దిగ్విజయ మొనర్చు టెట్లో యవతారికయందుఁ జెప్పఁబడెనది. అరుణుఁడు వెలుఁగున కధిదేవత; వరరుచి ప్రేమ కధిదేవత; తమోసురుఁడు హింస కధికారి; అరుణవరరుచుల ప్రేమతత్త్వమునకును తమోసురుని హింసాతత్త్వమునకును దిగ్విజయవిషయమైన సంఘర్షణ మొదవినది. ఆత్మసంతృప్తిమూలమున వరరుచి ప్రేమరూపము నెత్తి ప్రకృతిలోని యాంతరభాగము (అనగా మనస్సంబంధియైన భాగము) నాక్రమించినాఁడు. అరుణుఁడు తేజోరూపము నెత్తి ప్రకృతిలోని బహిర్భాగము (అనగా పదార్థసంబంధియైన భాగము) నాక్రమించినాఁడు. ఇట్లు ప్రేమయు వెలుఁగు నొకచేయని నిరూపింపఁబడినది. తమోసురుని తత్త్వమునకు నిలువఁదావులేక, యంతర్హితమై, వెలుఁగు మఱుఁగుఁజొచ్చినది. వెనుకపసిచాయచే నద్దమున వెల్గు స్ఫుటతరమైనట్లు, వెనుకనున్న తమోవిగుణరూపముచే నరుణవరరుచుల ప్రేమతత్త్వము మఱింత స్ఫుటతరమైనది. కావ్యాంతమున ప్రేమవిజయము చెప్పఁబడినది. జ్ఞానసంబంధములును, జీవితసంబంధములునగు నంతరార్థములింకను ననేకము లున్నను గ్రంథవిస్తరభీతిచే వానిని రసజ్ఞులకే విడచి విరమించుచున్నాను.

గ్రంథకర్త.

చ. వననిధిఁ ద్రవ్వి యెత్తినది వావిరిముత్తెము, పాఁప ఔని
త్తినఁ బ్రహరించి తెచ్చినది తెక్కలిముత్తెము, వేణువ
గానినది క్రొవ్వుటాయి, కవికోమలసుందరభావయుక్తి,
ల్చిన తెలిముత్తియమ్మిది, మలిస్లుచ! మ్రుచ్చిలు మేది

కృతిభర్త

శ్రీ జయపుర సంస్థానాధీశ్వరులు
సాహిత్యసమ్రాట్టు శ్రీశ్రీశ్రీ విక్రమదేవవర్మ మహారాజుగారు.
డీ. లిట్.

అవతారిక.

సీ. ఓంకారకోశధామోదరద్యుతిమాత్ర
మనితప్రసుప్తహంసయునుబోలె
రాగవర్షమున నుర్వర రంజిలఁగఁ జేయు
మదనమందారకుట్మలము వోలె
నంబరాలయగోపురాగ్రమ్ముచివర ని
ద్దురవోవు సమదబంభరము వోలె
శోభాప్రణయశాంతిశుచు లేకమై యొక్క
క్రియఁ దాల్చినట్టి యాకృతియపోలెఁ,

గీ. దనదుసత్త్వరజస్తమోగుణములకును
బ్రతినిధులుగ నర్కాబ్జాంధబలము లెనయ
ఘనత్రివృత్సూత్రమున సృష్టిఁ గట్టివైచి,
స్ఫూర్తినించు జ్యోతిర్లింగమూర్తి యొకఁడు

గీ. అతనికనులందుఁ బ్రేమమ్ము ననుపు నొకటి
రెండవది వెల్గు లనుపు నీ రీతి నతఁడు
వెలుఁగె ప్రేమమ్ము ప్రేమమే వెలుఁగటన్న
సృష్టిసూత్రరహస్యముఁ స్పష్టపఱిచె.

గీ. అతని తేజశ్శరీరంబు నందు వెడలి,
యొక్క తత్త్వస్ఫులింగ మీ యుర్వి వైపు
తన త్రయీచక్షువులఁ జూచికొనుచు డిగ్గు
చున్నయట్టులఁ దోఁచె నా కొక్క నాఁడు.

గీ. భాస్వరమ్మగు దాని దృక్స్పర్శనమున
నమృతమును ద్రావెఁ దత్సమీపములు, సంప్ర
హృష్టములు నయ్యెఁ బ్రాణుల హృదులు, నిటుల
వచ్చు నాత్మకు నడ్డుగా బాట నడుమ,

సీ. అఖిలాగమాంతవిద్యాగుంభితరహస్య
రత్నచ్ఛటామహార్ణవము లీల,
సవపుఃపృథగ్రూపజంగమస్థిరసృష్టి
చక్రసంజీవనౌషధము లీల,
నేనసన్నమూహాసంస్థానశార్వరఘటా
విదళనోగ్రదవాగ్నిసదనలీల,
భవహారిబ్రహ్మానుభావసంపత్సుధా
ఘటితవిజ్ఞానైకఘుటిక లీలఁ,
గీ. గాలఘోటకచోదకకళములీలఁ,
బ్రకటపరిణామయంత్రకీలకములీల
నభ్రమాయావతీకంఠహారమణిగఁ
దేజరిలుచుండె నంశుమద్దేహి యొకఁడు.

ఉ. చండమయూఖమాలిక లసహ్యముగా విరఁజిమ్మ వాని రు
ఙ్మండలతీవ్రభానువుల మధ్యము నందునఁ జిక్కి, చక్షువుల్
రెండును జికిలించుచు, మలీమసగోళములై చనంగ, ము
న్నుండిన దివ్యలోచనదృగుజ్జ్వలశక్తి నశించె దానికిన్.

ఉ. అప్పటి నుండి సృష్టిఁ గల యందపు వస్తువులం బదార్థమే
తప్పఁ దదీయవస్తువుల తత్త్వమనోజ్ఞతఁ జూడ లేని క
న్గప్పున స్వీయదివ్యతను నాఁటికి నాఁటికి విస్మరించు చీ
చొప్పునఁ గాలముం గడపుచున్ మనుజుం డయి పుట్టె నున్.

గీ. అతఁడు వస్తువు నందుఁ బదార్థసుమముఁ
గాక దివ్యత్వ మొకనాఁడు గాంచఁ గలిగెఁ
బూర్వమునఁ దాను విడిచిన మూలతత్త్వ
దివ్యశోభను జ్ఞప్తికిఁ దెచ్చుకొనియె.

గీ. కుదిరికను జూచి, మెఱుఁగురంగులను జూచి
పరువమును జూచి, జాతిసంపదను జూచి
వస్తువును గూర్చి సంతోషపడుట కంటె
దాని గుణశోభ నరసి యాతండు మురిసె.

సీ. చెలి యంగముల లోని చెలువమ్ము కంటెఁ జే
ష్టలలోని చెలువమ్ము సంస్తుతించెఁ
దన కుక్షి నెఱిమైన తనివి కంటె వనీప
కులఁ దన్పు తుష్టియే గొప్పచేసెఁ,
గర్ణేజపుల యిచ్చకముల కంటెను నంత
రాత్మ చెప్పిన యట్లె యాచరించె,
నైహికప్రఖ్యాతి యందు కంటెను గాంక్షఁ
జిరతరప్రఖ్యాతిఁ జేర్చి యుంచె,
గీ. రూపరేఖావిలాసచారుతరలీల
యందు నానందమున కంటె నాత్మవిషయ
సుషమఁ బ్రకటించు వ్యవహారసుఖవిశేష
మతని కానందదాయక మయ్యె నంత.
గీ. విశ్వ మాతనిలో నున్న భీమరసము
కంటెఁ బ్రేమరసమ్మునే ఘనపటిష్ఠ
శక్తిగా నెంచి, యతని వశత్వమొందె;
ప్రేమచే గెల్చె నతఁ డిట్లు విశ్వమెల్ల.
ఆ. వె. ఎవ్వఁ డిటుల విశ్వ మెల్ల స్వీయప్రేమ
బలము విస్తరించి గెలిచి నట్టి
యతులవిక్రముండొ యనుచు నెల్లెడఁ బూని
వెదకి వెదకి వెదకి వెదకి తుదకు,
సీ. తరణివంశము నందుఁ దనరారు శ్రీకృష్ణ
చంద్రదేవునకుఁ దత్సాధ్వి యైన
రేఖాంబికకుఁ బూర్వకృతపుణ్యఫలముగా
వంశవర్ధనుఁ డౌచుఁ బ్రభవమొంది,
నైదాఱు భాష లం దందె వేసిన చేయి
యయ్యు నాంధ్రమున మహత్త్వ మొంది,
స్వయముగాఁ గవితఁ జెప్పంగ నేర్చియు నన్య
కవికృతుల్ గొని వారి గారవించి

గీ. గరిమ మించిన జయపురీధరణివిభుఁడు,
సరస "సాహిత్యసామ్రాట్టు" బిరుదఘనుఁడు,
దివ్యమూర్తి శ్రీవిక్రమదేవవర్మ
యనఁగఁ గనుఁగొంటి శ్రమ లెల్ల నంతరింప.

సీ. సాహిత్యమునఁ గళాసాహిత్యమున సము
ద్ధత నెన్న నాతని కతఁడె సాటి,
ధర్మనిష్ఠను దయాదాక్షిణ్యభావసం
గతి నెన్న నాతని కతఁడె సాటి,
దైవభీతికి మహోదారసంతతవదా
న్యత కెన్న నాతని కతఁడె సాటి.
పరహితైషణబుద్ధి బహుళవిజ్ఞానమో
హము నెన్న నాతని కతఁడె సాటి

గీ. ఆంధ్రవిశ్వవిద్యాలయ మభ్యుదయము
నొంద వత్సరలక్షల నొసఁగు నట్టి
రాచ "డీలిట్టు", కీరితి రచ్చపట్టు
దివ్యపురుషుండు విక్రమదేవవర్మ.

గీ. మహితశాస్త్రార్థకావ్యార్థసహితముగను
భారతమ్మొకఁడె మును రచింపఁగఁబడియె
పిదపఁ గావ్యార్థ మెల్లరుఁ బెడఁజేసి
వ్రాసినారలు పెక్కు ప్రబంధములను.

గీ. నిరతశాస్త్రార్థకావ్యార్థనియతి తోడ
నేటి కొక గ్రంథ మిటుల సాధింపఁబడుట
భాష కొక భాగ్యమని నుతింపంగఁబడిన
కృతిని, మత్పంచవత్సరకృషిఫలమును.

వ. సతతవదాన్యవీరుఁ డని సన్నుతి కెక్కిన యట్టి విక్రమ
క్షితిపతి మామకీనకృతికిం దగు భర్తనుగా దలంచి నా
మతిఁ గల కోర్కె దీర్పఁ గల మాన్యుఁడు నాతఁడె యంచు నెంచి యి
చ్చితిఁ గృతిగా గ్రహింపఁ దద శేషవిశేషయశోభిలాషి నై.

ప్రత్యూషము.

ప్రథమమరీచి.

వ. అదియొకపుణ్యభూమి, యటనన్నియు దివ్యము, లందు జీవముల్
సదమలముల్, కనత్కనక సన్నిభముల్ కలవస్తువుల్, కళా
స్పదములు భూతపంచకభవంబులు, వీచికలౌచు శాంతి శ
ర్మదమయి తేజమొక్కటి నిరంతరమున్ బ్రవహించు నెల్లెడన్.

సీ. ప్రాకృతనేత్రముల్ పరికింపఁజాల వ
ర్యము గెల్చు సుకవినేత్రములు తప్ప,
నైహికశ్రవణంబు లాలింప నభినవో
ద్గమభావకవితాశ్రవములు తప్పఁ,
దివ్యపాదమ్ములు తిరుఁగనేర వగోచ
రములగు భావపాదములు తప్పఁ,
జర్మరూపంబులు స్పర్శ నొందఁగలేవు
పదభావఖచితరూపములు తప్ప,

గీ. సచటి నిర్మలరుచిరమోహనమహస్సు,
సచటి శోభనగానలీలామృతమ్ము,
సచటి మృదుమంజునిరతకళ్యాణసీమ,
సచటి ఘ్రాణవద్గంధవాహస్రవంతి.

మ. అదియేదో యొకలోక; మయ్యది యగమ్యంబైన మార్గంబు; లె
య్యది వీక్షించిన నయ్యదే చివురుప్రాయంబొంది, దివ్యద్యుతి
చ్ఛదనం బొక్కటి చుట్టుకొన్నటుల సాక్షాత్కారముఁ జూపు, న
మ్మదమే చొప్పడునోటు జీవికగఁ దన్మాన్యప్రపంచంబునన్!

ప్రత్యూషము.

గీ. ప్రబలమాయామహాదేవి ప్రసవమయ్యెఁ;
బసరుపూపఁదనమ్మూరు ముసుఁగు వలన
విడివడఁగలేదు, పొత్తిళ్ళబిడ్డయంట;
యా ప్రపంచసుమంబు నే నరసి నపుడు

గీ. జంగమస్థావరములగు జంతుకోటి,
ప్రాణులప్రాణులును నగు వస్తురాశి,
మున్నగు విభేద మా భూతములకుఁ గలదు,
వచ్చి నే వానిఁ జూచునప్పటికి మున్నె.

ఉ. పచ్చిదనంబు చిప్పిలెడి ప్రాయముతో, నులిరేకు లప్పుడే
విచ్చెడి కాంతిసూనపరివేషముతో, నవభాగ్యశోభతో,
ముచ్చదనమ్ముగాఁ బయికిమో మరజూపెడు జ్ఞానశక్తితో,
నచ్చటి భూతకోటి యనయంబు వసంతమునన్ ప్రవర్తిలున్.

సీ. పశ్చాదధఃకటోర్ధ్వపురోముఖంబులఁ
బ్రతివస్తువునకు శ్రీరామరక్ష,
బహిరంతరంగకవ్యాపారసరణికిఁ
బ్రతిజీవికిని సుదర్శనకవచము,
నవనవోత్సాహసంజనకక్రియాప్తికిఁ
బ్రతిసత్వమునకు యంత్రప్రతిష్ఠ,
చక్షుఃకవాటగోచరదాత్మశక్తికిఁ
బ్రతిదేహమున ననుప్రాసవృత్తి,

గీ. యిది మనోహరకాంతివాహిని; సుపర్వ
నమ్నా వెఱ వేఁకిదనమును వడియఁగట్టి,
జలుఁగునునుఁదేఁటమవ్వంపు వెలుఁగుఁజలువ
నారఁబోసిరి సో వేల్పుటతివ లిచట.

గీ. ఈ మనోహరదీప్తివల్లీమతల్లి
కొనలు భువనావధుల కల్లుకొనుట మనకుఁ
గనఁబడునె కాని, తన్మూలకంద మెందు
నాటఁబడియెనో మనకుఁ గానంగఁబడదు.

శా. స్పర్శజ్ఞానము పోలె దేహమున సర్వద్వారమార్గంబులన్
దర్శింపంగల దాత్మ యచ్చటి సమస్తప్రాణిరించోళి; కా
దర్శప్రాయము వారి జీవనము, నిత్యామోదమే వారి కా
దర్శంబౌట విచారచింతనలు మిథ్యావాప్తిమై నుంటమిన్.

గీ. దీపకళికకు స్వయముగా దీప్తితప్ప
నీడయే లేదు, కాని దానిని భరించు
ఘటమునకు ఛాయ గల్గు నా కరణి నెల్ల
తనువులకె కాని నీడ యాత్మలకు లేదు.

గీ. అచటి తనువులె యాత్మమయంబు లగుట;
నోలమున వెల్పలను తేజ ముంట, నచట
జనన మొందిన పరమాణువునకునైన
నీడ గలుగుట మనకుఁ గన్పింపరాదు.

గీ. ఆవరణమే మహాతేజ మచటి ప్రాణు
లకుఁ; బదార్థగతశరీర మొకటి లేమి,
నచటి వస్తుప్రతతికి ఛాయాగ్రహంబు
లేదు ఛాయ పదార్థాంగలీన మగుట.

గీ. పవలు రాతిరి యను కాలభాగభేద
మచటఁ గనలేము ఋతువిపర్యయము గనము
జీవనమ్మునకై యింత దేవులాట
యింత యారాట మింతటి చింత గనము.

ప్రత్యూషము.

శా. భూతమ్మంద్రు, భవిష్యమంద్రు, మఱి యేమోయంద్రు, కాలంబు సం
కేతింపన్ గలికాలమందు; నచటన్ నీరంధ్రమై, యవ్యయ
మై, న్మ, తోరమ్మయి, శాశ్వతమ్మగు ననేహావృత్తి యవ్వారికిన్
జేతఃప్రీతి నొసంగుచుండుఁ ద్రిదివశ్రీకిన్ బ్రతిస్పర్థియై.

సీ. ఎందుండి వచ్చునో! యివము చల్లని తేఁట
మిసిమి తేనియ చిన్ని ముసురు గురియు;
నెచ్చోటఁ బుట్టునో! యెలనీలినిగరాల
మెలికలై యొకసన్న సెల ద్రవించు;
నెట బయల్వెడలునో! యివురుమెత్తని జిగ్గు
కరువలి మృదువుగా సురటి వట్టు;
నెం దుద్గమించునో! యెగుడు దిగుడు లేక
ప్రసరించు నొక బాంగరాల రవళి;

గీ. దరులు, తరువులు, కరువలు, ఝరులు, సరులు
ప్రాణశోభచే వెలుఁగొందఁ, బ్రకృతియెల్ల
నిరతనిస్తులానిర్వాచ్యనిష్ప్రతీప
భాసమానమ్ముగా నుండెఁ బ్రథమసృష్టి.

గీ. పట్టుకుచ్చులఁ బుణికిన పరువమెల్లఁ
బఱచికొన్నారు పుడమిపైఁ; బయ్యెరలకుఁ
జెదరకుండఁగ దానిపైఁ జిలికినారు
వేల్పుఁజెట్టుల నోడ్చిన వెలుఁగురసము.

గీ. గోట గిల్లిన నచట నంకురము లెత్తుఁ
గిరణఘాసమ్ము; ప్రాణసంకీర్ణ మగుచుఁ
దద్ధరాదేవి యుదరంబు దౌహృదాంక
చిహ్నితంబయి కడు విరాజిల్లుచుండు.

గీ. భూధరోదరకందరముఖములందుఁ,
దరళహిమవాలుకాసైకతములయందు,
నిర్మలతరోదవహాతరంగిణుల దరుల,
మానవుల పాదముద్రలు కానఁబడవు.

గీ. ఎంత సృష్టిని బుడమి వహించు, నంత
సృష్టి సలిలమ్ము గూడఁ భరించుఁ; బంక
సింధుకూలంకషాసరసీతటాక
కూపకుల్యాపకీవాహరూపములను.

గీ. ఎంత యుత్తుంగముగ భూమి యెదుగఁగలదొ,
యంత గంభీరముగ డిగ్గునంట జలము,
గిరులు మున్నగు భూపరంపరలఁ గూడ
మ్రింగఁగలదట సాగరాకృతిని దాల్చి.

గీ. భూమి యాధార మాధేయములు జలమ్మ
లంచు వాదించెదరు కొంద, ఱవని నీటి
యందు గోళాకృతిని దేలి యాడునందు,
రేది మహిమాధిక మొ నిర్ణయింపలేము.

చ. ప్రణవనినాద మెల్లపుడు పాడుచు, మందవిలాసలీల, ని
ర్గుణనిరుపాధికంబయిన రూపముతోఁ, బవమానుఁ డం ద[illegible]
క్షణము వినోదఖేలనము సల్పుచునుండి తదీయభూతర
క్షణ మొనరించు భూస్థలిని స్వర్గమహామహిమంబు జూపుచుఁ[illegible].

సీ. గరిగంటి గాని సౌఖ్యముల లోతుల డిగ్గి,
యచలాయితంపు మాంద్యముల నెరసి,
సహజలబ్ధఫలప్రశస్తద్రవములాని,
వృజినదుఃఖములన్న వెఱపు లేక,

ప్రత్యూషము.

యులపాంకురంబులఁ జలిగోళ్లతోఁ గిల్లి,
పసులకూనల కిచ్చి మెసవఁ బుచ్చి,
వెన్నెలకుప్పలం బింపిళ్లుగూయుచుఁ,
గిలకిల నవ్వి కోకిలలఁ దరిసి,

గీ. వెన్నెలబాజుంగులై యాటవెన్నఁ దినుచు,
స్వప్నమూర్తులు, ముకురబింబములు నగుచు,
వెలుఁగు మేసెడి వెన్నెలపిట్టలవలెఁ
గాలమును ద్రోతు రంచున్న బాలలెపుడు.

గీ. గాజుటోవరిచుండి వెన్కనుగలట్టి
వస్తువులు గానుపించిన పగిది, వారి
విమలదేహమ్ము లంచుండి వెనుకనున్న
వస్తుతతి కానుపించు విస్పష్టముగను

గీ. ఎల్లచెద్దియమ్ము లుద్యమహాసములుగఁ
జేయఁబడుఁ గాన వారికిఁ జీకుఁజింత
యుండ, వాధులు వ్యాధులు నుండు నచట
నెచట పాపస్మృతియుఁ గోర్కె లెనసియుండు.

శా. ఆశామూలము లెల్లకర్మములు; నైవాధీన మేతత్సుల
ప్రాశం; బయ్యుఁ బునఃపునర్ధృతచికీర్షాయత్నవంతుల్ జనుల్;
కేశాయత్తము సిద్ధిలేమి; కళాదూరెట్ నేఁడిటుల్ లోక; మ
ప్లై శోకమ్ములు లేవు, కోర్కె జతన మ్మొద్దానికిట్ లేమిటిట్

గీ. ఎవ్వరో వారి కొఱకు సృజించినారు
చట్టములు కొన్ని, యేతన్నిసర్గసూత్రి
ధర్మబద్ధమ్ము లచటి చెద్దియమ్ము; లటులఁ
గట్టుబడి యుంటయును నెఱుఁగరట వారు.

గీ. తినకపోవు నెడలఁ దివుట తగ్గను, తిన్న
యెడల వారి బలము హెచ్చు దయిన,
భగవదాజ్ఞ యేదో భక్షింపు మని యుంట
మనసు వచ్చి నపుడు తినెద లేదొ.

గీ. చిచ్చు సైతము కౌముదీశీత మగును
కాన చిచ్చును నచ్చోటఁ గానరాదు;
క్లేశవాసన వీసమేఁ లేనియట్టి
యదిగదా స్వర్గశాంతికి నవసథమ్ము.

గీ. అట్టి లోకమ్ము దిగిదిగి యిట్టు దుర్ద
శావిపర్యయ మొంది నాశనము గాగ
నెన్ని యెన్నియొ గాథ లుత్పన్నమయ్యె,
విందురా ! శ్రద్ధతోడఁ జెప్పెద నొకండు.

గీ. వలుదమూతికి జాబిల్లివలువ గట్టి,
విశ్వభాండమ్ము లోనికి వెలుఁగునీరు
దేవతలు పోసి, వడఁబోసి, తెట్టెగట్టి
నట్టి మడ్డి మిగిల్చినా రందులోన.

సీ. సుస్నిగ్ధతరమైన శుద్ధభూగర్భంబు
పెకలించి మన్ను కీటకము ద్రవ్వె,
నతినిర్మలంబైన యా జ్యోతికిని బింబ
దోషంబు స్వర్భాను దోష మొదవె,
ఛాయారహితముగా సర్వవస్తువుల వె
న్నంటియే ఛాయాగ్రహంబు తఱిమె,
ప్రతిసత్త్వమును జనుర్వర్ధనపంచత
లను మూఁడవస్థల ననుభవించె

ప్రత్యూషము.

గీ. నిట్టి మార్పుకుఁ బరమేష్ఠి యిష్ట మొండె
కారణం బగు మాఱెడి కాలసరణి
నెన్నియో దశలను జెందె నీధరిత్రి
యిప్పటికి వాని చిహ్నంబు లెఱుఁగఁగలము.

గీ. కుధరశిఖరమ్ములం గనుంగొనుఁడు; కనుఁడు,
సాగరోదరభూమిపాషాణములను,
కానఁబడు నచ్చుబడి పక్షికాళ్ల గోళ్లు;
మేదిని యొకప్పు డెంతయు మెత్తనిదియె.

గీ. మొదలు తుద లేని కాలమ్ము చినుమఁబడియె
నిమిషఘటికావిఘటికాదినియమవిరతి,
ఆధులును వ్యాధులును జింత లధికమయ్యె
బ్రదుకులే మోయఁగారాని భారమయ్యె;

శా. స్త్రీపుంసవ్యవహారబద్ధమగు నీసృష్టిన్ సుఖంబంచు సం
తాపంబంచు ద్విభేదజీవనవిధానంబుల్ విధింపంబడెన్
బాపంబంచును బుణ్యమంచు విధు లేర్పాటయ్యెఁ బ్రాపంచిక
వ్యాపారంబుల కిట్లు చొప్పడియె మర్త్యాంశంబులున్ మాయలున్

*　　　*　　　*　　　*

ఉ. ఈవియదంతరంబు లవియించుక నన్నిటు రాచుకన్ బ్రభా
భావహాభావరావముల నార్చుచుఁ బైపయిఁ బర్వుపర్వులన్
బోవుచునున్న దీవిహగపోతము; దీనినిజూడఁ జిత్తసం
భావనమయ్యె నెయ్యెడకుఁ బర్వెనొ చూచెదఁగాక నిమ్మయిన్.

గుబురుల దూఱితిన్, నునుఁజిగుళ్ళ పయిన్బడి జాఱితిన్, సుమ
స్తబకములందు దొర్లితిని, చల్లని తెమ్మెరకాల్వ లీఁదితిన్
బ్రబలసమీరచక్రములపై భ్రమియించితి, నా విహంగమున్
గబగబ వెంటనంటి గగనంబున నేనునుఁ బర్వుపట్టునన్.

వ. అది యొకచోట డిగ్గినది; యచ్చట నేనును డిగ్గి కాంతిసం
పద వెదఁజల్లువారి, నిరపాయసుఖస్థితి నున్నవారి, స
మ్మదహృదయంబులన్ రుచిరమార్గములన్ జరియించువారి, శో
రదనవమూర్తులౌ యిరువురన్ గనుగొంటిని విస్మితుండనై.

గీ. ఆ కుమారవిహంగమ మ్మాటుల డిగ్గి,
వారి యడుగుల కుఱుఁగట వ్రాలి, దీన
తావిలోకనమాలికాతతులఁ దోర
ణములు కట్టెఁ గిసాలనేత్రముల తోడ.

గీ. దాని గళమందు వెలుఁగొందు శోణరేఖ
లూయెలల చేరు లూఁగి నల్లంగి మెఱసె,
గుటగుటం గొట్టుకొనుచున్న కుత్తుకకును
వ్రేలవైచిన పగడాల మాల లనఁగ.

సీ. చంచూపుటము, విప్పి సంచలజ్జిహ్వికా
పల్లవమ్మున దాహాభరము దెలుపు,
సహిదేహమృదులంబు లైన ఱెక్కల వారి
పదములకు ముసుంగు వడఁగఁ బఱచు,
దడదడఁ బైకిఁ గ్రిందకుఁ గొట్టుకొను చిన్ని
గుండియలో దైన్యగుణ మెడల్చు,
మధురార్ద్రనిస్వనశ్లథమైన కంఠానఁ
దన కేది కావలె ననుటఁ దెలుపు,

గీ. చిత్తెఱంగున వారల యెదుటఁ బొరలి
యాఁడు విహగమ్ముఁ బరికించి యందు నొకఁడు
దాని భద్రమ్ముగా స్వహస్తముల యందుఁ
బట్టి, పైకెత్తి, సవరించి, భయము నుడిపె.

ప్రత్యూషము.

—: వరరుచి :—

గీ. "అరుణ! కన్గొంటె మొక్క చోద్యంబు నేఁడు,—
కాంచినారమె యెపుడేని ఖగము లిట్లు
మధురగీతాళి పాడుట మాని సమ్మ
దేతర మ్మగు వృత్తులం దెనసియుంట?

గీ. గిలుకుగిలుకున నిర్మలోపలము లందు
దొరలు సెలయేటి నీటి తుంపురులు పలుకు
పలుకు లాలించు చెట్టు లా జలపతత్రి
యరయు, మల్లారు ముద్దుగా నాడుకొనునొ!

గీ. ఒగరుఁ జిగురులఁ దిని తమ యుల్ల మెల్ల
నపుడె స్వేచ్ఛగ గొంతెత్తి యమృతగాన
వృష్టిఁ గురియుటయే తప్ప వేఱు వ్యాపృ
తుల నెఱుఁగవు తత్పతత్రుల కులములు.

గీ. ఏలొకో! మఱి యీ శుక మ్మిట్లు తక్క
గల పతఙ్గాలి కైవడిఁ గాక యన్య
వైఖరీవైకృతిని గనుపట్టు? దీని
చంద మాశ్చర్యమును గూర్చు డెందమునకు."

—: అరుణుఁడు :—

చ. "కలరుగదా సహోదరు లగణ్యు లసంఖ్యులు నైన వారు, వా
రలు మన ముందు పట్టులకు రా రొకపట్టున వచ్చిరేని యుగ
ల తెలఁ బోవుచుండెద రిదే తలపోయుచు నుందు నిత్య మీ
ఱుఁగిపు డొక్క క్రొత్త తెగవుఁ గొనితెచ్చె నిదేమి వింతయో

గీ. దీని యద్భుతవృత్తియు, దీని వికట
విహ్వలీభూతభావమ్ము వెఱఁగుఁ గొలుపు,
నదియె సరికాని, వరరుచీ! యల్ల వచ్చు
సుందరాకృతు లెవ్వరో చూడు, చూడు!"

గీ. మధురనిద్రాశిలల నుండి మలఁచఁ బడిన
స్వప్నవిగ్రహములు వీరు; శాంబరీప
యోధరావాలసీమల నుద్భవించి
లేచి నడయాడు జ్ఞానవల్లికలు వీరు;

వారలు లూతకాంత లనవచ్చు; మనోజ్ఞమహేంద్రజాలవి
ద్యారచితాంగభాక్కిరణతంతునికేతనజాలవల్లరుల్
గూరుచు చుందు, రంచు గిఱికొన్న దృగంచలచంచరీకముల్
నేరవు క్రమ్మఱన్, నిలువునీరయి క్రుంకుచు కాక వానిలోన్

గీ. గిరగిరం బిరబిర వారు తిరుగు నపుడు
వారి తనువులఁ దెగిన లావణ్యకాంతి,
పింజలై లేచి, రేకలై పేర్చి, కలసి,
కడలుకొని వారి చుట్టుఁ జక్రములు చుట్టు.

సీ. విదలింపరే! వపుర్విదితమోహనకాంతి
మెఱకలు వొడిచి రేకెత్తకున్నె;—
వినిపింపరే! వేణువీణాసుధాగాన
రవము సోనగ వాన రాక యున్నె;—
పరికింపరే! మనోహరలోచనముల నా
నందసంగతి తరంగములు కాదె;—
నడయాడరే! తటిన్నవనటీపటలంబు
మొలచి గొండిలి యాట సలుపకున్నె;—

ప్రత్యూషము.

గీ. సృష్టిలో నర్ధభాగమ్ము చేరి వీరి
జాతి యేలెడి నఁట;—వీరి స్వరమధురిమ
రాలఁ గరఁగించు నఁట;—వీరి రాచదనము
నకు జోహా రొనరింప కేరికిఁ జనదఁట;—

ఉ. వచ్చెడి వారు మోహనశుభచ్ఛవిమూర్తులు; తద్విలాససం
పచ్చలితాంతరంగులు ప్రపంచజనమ్ములు; వీరలో? మఱే
యొచ్చెము లేని యచ్ఛమగు నుల్లము వారలు; వీరు వారిటుల్
చెచ్చెరఁ జేర వచ్చిరి, విశేషము లెవ్వియుఁ బుట్టకుండునా?

—: రజని, సుజని, తచ్చేటికలు :—

సీ. "ఆర్యులారా! మనోహరరూపులార! మీ
దర్శనమ్మున ధన్యతముల మైతి,
మేము వేడుక నల్లగీమున బొమ్మపె
ళ్లి యొనర్ప నొక్క పుంస్కారమునకు,
నాడుచిల్కను గూర్చి యాటాడుకొను చుండఁ,
బ్రియము మీది పోలయల్కఁ బెండ్లికొడుకు
చట్టురల్ చటచటఁ గొట్టుకొంచు దిక్కు
నకుఁ బాఱె నటులఁ గానంగఁ బడియె,

గీ. మేము వధువు ని తాగడ మేమె యనుచు,
దండనము సేయ నాగబ్బి తలను గొంతు
లోన నిఱికించుకొని పూవుఁదేనె యైన
ముట్టకయుట్టెఁ దా నొక్క మూఁగనోము

చ. అటునిటు మీదు నెమ్మది విహారము చేయుచు నుండ మీదు చెం
గట కొక చిన్నిరాచిలుక, కాఱియ నొందెడి మేని తోడఁ, ద్రొ
క్కటపడు పర్వు తోడ, గతిఁ గానని చూపుల తోడ, దప్పిమై
యటమట తోడ వచ్చి యెటులైనను బర్వెనె వేగఁ దెల్పుఁడీ."

గీ. బాపురే! యీ విచిత్రప్రపంచజనులు,
పరిణయమ్ములఁ జేత,—శుభప్రకార
యోగ్యమగు వేడుకల చేత లోఁపఁగలరె,
యనుచు విస్మయాంబుధి నోలలాడినాఁడ

గీ. అయినఁ బరికింప సృష్టిలో నప్పటికిని
లేని దిప్పటికిని సృష్టి లేదు కాని
యపు డణువు రూప మగుచుఁ బ్రత్యంశ ముంట
వలన విస్తార మగుచుఁ జూపట్టుకుండె.

—: అరుణుఁడు, వరరుచి :—

గీ. "స్వాగతము, రండు, నవమోహనాంగులార!
యతిమధుర మైన మీ వచోమృతమె సోఁకి
మా మనస్సులు మిగులఁ దన్మయతఁ గాంచె,
నహహా! మీ స్నేహమున నెట్టు లలరఁ గలమొ?

ఉ. ఎందున వారు? మిమ్ము గని రెవ్వరు? మీ శుభనామధేయపుం
జందము లెవ్వి? యీ తెలుఁగు చక్కఁదనం బెటు లబ్బె? మీరు నా
నందమె జీవితంబునకు సవ్యఫలం బని యెంచు వారలే ?
సుందరులార! మా యెడఁద చోద్యము నొందుచునుండెఁ దెల్పరే?"

—: చేటికలు :—

సీ. "భువనమ్మునకు నెల్ల భూషణమై యొప్పు
రోదసీనగరంబు పాదు మాకు,
నిరవధికానందనిష్ఠాగరిష్ఠసం
కలితగోష్ఠియె పరాకాష్ఠ మాకు

ప్రత్యూషము.

కలిదేవఘటనాజగద్ధర్మదంపతుల్
ధరణీమహాధురంధరులు మాకు
రజని, సుజని నాఁగ రంగారు వారి కూఁ
తులె వీరు ప్రియమారు చెలులు మాకు
గీ. కుసుమమాధ్వీమధూళికావిసరవహన
కుశలమృదుమందశీతలవిశదవాత
పోతరథరమ్యవనతలమ్ములఁ జరించు
వృత్తియే జన్మతోలబ్ధవిద్య మాకు."

చ. అని యిటు రాకుమారకులు నా మెలనాగలు ముచ్చటాడుచుం
డిన సమయాన ముంగిటి వనిం గల సంగతులం గనుంగొనన్
మనసు జనింప, భూవరకుమారిక లందున నిందు నాడుచున్
జని రతిదూరసీమలకు సందడి నొందెడి వేడ్క పొందునన్.

సీ. సిగ్గుచే మూతి విచ్చియు విచ్చుకున్న క్రొ
వ్విరి పూపకన్నెల దరిసి యరసి,
యొయ్యార మొప్ప నన్యోన్యంబు గొఱికిన
పండ్లిచ్చు చిల్కదంపతులఁ జేరి,
గాలి నూఁగాడి తూఁగాడి యొండొకరితోఁ
గలసి పోయెడు గువ్వకవలఁ జూచి,
పసరుపూనుసిదుమ్ము పసపార్చుకొను తేఁటి
పచ్చిబాలెంతలఁ బలుకరించి,
గీ. యట్టి సుఖదృశ్యపారవశ్యంబు చేసి,
మనస దొక్క విధమ్ముగా మైక మొందఁ,
గుసుమసురభిళ మగు నొక్క కుజము క్రింద,
మందగంధానిలముల మై మఱచి రంత,—

—: అరుణుఁడు, వరరుచి :—

క. "మీ రూపె నాగరికపు సు
తారపుఁ దీరులను జూపుఁ దనివోదు వచ
స్సారస్య మెంత క్రోలిన
మీరే సుభగప్రవృత్తి మిగిలిన వారో!

క. మీతో నుండిన కొలఁదిని
చేత స్తన్మయత కలిగె శృంగారరస
స్రోతోగతిఁ దేలితి మిది
గో! తోడ్కొనిపొండు చిల్కకొదమను బ్రేమన్."

ఉ. వీరిటు మాటలాడుకొను వింత మునింగి నృపాంగనా ద్వయం
బా రమణీయదేశమున నద్భుతముల్ పరికింప నేగ నం
చేసు నెఱుఁగరైరి; శుక మీ గతిఁ గొంచు నివాసభూములన్
జేరఁ దలంచి చూచికొనఁ జెంగటఁ గన్పడరైరి నెయ్యరుల్.

మ. చెలులారా! చెలులార! చిల్క దొరకెన్ శీఘ్రమ్మె దూరమ్ము వో
వలయున్ రం డిక నంచు బిగ్గఱగ నార్వన్ జొచ్చి రె ట్లార్చినన్
బలుకైనన్ బదులాడినట్టులుగఁ దోఁపన్ రామ నాశ్చర్యతం
దిలచిత్తంబుల వారు నెచ్చెలుల నన్వేషించి రవ్వాటిలోన్.

క. ఆ రాజపుత్రు లిరువురు
వా రెయ్యెడ కేగిరో ధ్రువంబుగ నరయన్
గోరి వనవాటి నంతయుఁ
గా రాడుచునుండ నొక్క కుజ్మజము పైనన్.

ప్రత్యూషము.

సీ. పొదువఁ బోయిన ముక్కు పోటులం బచరించి
దరిఁ జేరనీనట్లు జడిగి నిలిచి,
పట్టఁ బోయిన బిట్టు చెట్టుపల్ దట్టించి
నెఱ నీయకున్నట్లు విరియఁబాఱి,
సర్దబోయినఁ జలచ్చంక్రమక్రియలచేఁ
దాఁక నీకున్నట్లు తప్పుకొనుచుఁ
దెరలింపఁ బోయిన దేహమ్ము కుంచించి
పైకొన నీనట్లు పఱ్వవెట్టి
గీ. యోర్మి విడనాడి మార్మ్రోగ మొడ్డి తుదకు
విభుఁడు పల్కకయున్నఁ దా వెనుకఁ జేరి,
ఱెక్కచిక్కుల ముక్కుతో జేఁమచున్న
గువ్వ నొకదాని గనిరి రాకొమరు లెలమి.

—: వరరుచి :—

శా. అన్నా! చిత్రవిచిత్రపుంగతుల దృశ్యంబుల్ మహాశ్చర్య సం
పన్నానేకవిశేషముల్ నవనవత్క్ష్మామండలీగర్భసం
ఛన్నానూనరహస్యవిస్వరము లానందప్రదానంబు లె
న్నెన్నో వింతలు కానవచ్చు నిది యేమీ! యద్భుతం బయ్యెడిన్.
మ. ప్రమదోద్యానవనక్షమావిహరణప్రారంభముల్ నేర్వమో?
కమనీయాకృతు లెందుఁ జూడమొ? విహంగశ్రేణులన్ మున్ను గాం
చమొ? యీ రీతిగ నైన వింతలు విశేషంబుల్ ప్రదర్శించు చి
త్రములం గంటిమె? పుల్గు లీ రతికళాప్రాగల్భ్యముల్ చూపెనే?
చ. అనుమతకేళికావనవిహారవినోదవిలాసవృత్తి నో
ల్లని పనిఁ బూని, యొండొకరు లాలనగా మధురద్రవంబులన్
గొనుటలు మాని, సౌఖ్యమునకున్ రతికిన్ మతికిన్ వికారవ
ర్తనమగు నిట్టి వైఖరికిఁ దక్కె నిదెట్లుగ నివ్విహంగముల్.

ప్రథమమరీచి.

—: అరుణుఁడు :—

గీ. "ఎటులఁ బుట్టితివో మన మెఱుఁగముగద !
వరరుచీ ! దర్శనీయప్రపంచ మందు
దేని నరసిన విడఁగొట్టరాని దేదొ
కలిగి నట్టుల మేనెల్లఁ బులకరించు.

గీ. ఎఱకలా లేవు; గాలిలో నెగురలేను
జలములో నీఁదుటకు నాకు శక్తి లేదు
కాని విహంగమ్ములను గండకముల నరసి
నంత మది వాని తోడ నైక్యము భజించు.

గీ. వరరుచీ ! నేటి యద్భుతకరము లైన
విషయములు మన భావిజీవితము లందు
నమరుఁ బ్రతిబింబరూపమ్ము లగుచుఁ; బ్రకృతి
మనకు జీవితాదర్శసంపత్తి కాదె ?"

చ. ఇటుల విచిత్రపుంగతుల నెంచుచు రాసుతు లిర్వు రా కుఱం
గటఁ గల చెట్టు మీఁది విహగమ్ముల పైననె దృష్టి నుంచి, ముం
గిటఁ గల వస్తు వేని గననేరక యేగిరి, మున్నె వచ్చి వే
సట మెయి దాని క్రిందటనె చల్లగఁ గున్కిరి రాకుమారికల్.

ఉ. ముందును వెన్కఁ జూడక కపోతము బారికిఁ గన్నులిచ్చి యే
చందపుటన్యచింతనలు స్వాంతమునన్ జొఱనీక సృష్టిలో
సం దయి వారు చిత్రఘటనాచ్ఛితబుద్ధులఁ బోవుచుండ నే
మందును ! రాజనందినుల యజ్జలఁ దాఁచిరి భూవరాత్మజుల్.

శా. పాదస్పర్శము జేసి మేల్కని యనల్పహ్రీమయాశ్చర్యని
ర్వేదాధీనమనస్కులై రతికళావిభ్రాంతి చెయ్దమ్ము లు
త్పాదింపన్ ఘనమౌ విలక్షణపు భావమ్మేదొ చిత్తమ్ము నా
మోదాపూర్ణము జేయ నాత్మగతి గోముఁ జూపి రా కామినుల్.

ప్రత్యూషము.

మ. మునుపే విస్మయలోల భావములతో మొల్లంబులై యున్న చిం
తన లీ నూతనచిత్రసంఘటనచేఁ దార్ఢ్యమ్ముగాఁ రాజనం
దను లేదో విధమైన విభ్రమము నొందన్ సాగి యంతంతఁ దా
మనిదంపూర్వవిశేషవృత్తులకు లోనై చూపి రాందోళనన్.

—: ర జ ని :—

చ. "నరవరులయ్య! మీర లెలనాగలు కున్కెడి చోట వచ్చి, యొం
టరి మయి నున్న వారలను నాన యొకించుక లేక భంగపు
త్తురె? యిది యేటి నీతి? యెది తోఁపక చేసిరె? యెవ్వ గేనిఁ జె
ల్పిరె? యిటు చేయుఁడంచు; సరి లెం డిఁక పొం డిట నుండకుండుఁడా.

శా. ఏలా! కన్నులు పుచ్చపూల వలెఁ దా మింతింత లై యుండు, స్మై
పోలన్ జూచినఁ బారవశ్యమును గొల్పన్, దాల్మి భేదించు; నీ
లాలోలత్వము జిల్కుఁ బల్కుబడి సౌలభ్యమ్ము; వ్యర్థమ్ము గా
దా? లాభ మ్మేది కూడు నిన్నియును సవ్యమ్మౌ ప్రవర్తింపమిన్."

—: అరుణుఁడు, వరరుచి :—

చ. "ఎఱుఁగము మీర లిచ్చటి మహీజము క్రింద శయించి యుంట నే
యఱమఱ లేని మాదు హృదయమ్ము లెఱుంగక పల్కినార లీ
తెఱఁగున, మేము క్రొత్తలగు తీరులఁ జూపెడి చిల్కకన్నె నీ
ధరణిరుహమ్ముపైఁ గనుచు దారిని జూడమి నయ్యె నింతలున్.

మ. క్షమియింపుం డెది యేని తప్పిదము మా చందమ్ము లందున్న నే
రము నేదేనియు బుద్ధిపూర్వకముగాఁ బ్రాణంబు లీ యాత్మకం
తము లంటుండగఁ జేయఁబో, మిది యనిష్టం బయ్యె నిట్లయ్యె నో
ప్రమదారత్నములార! యీ యిసుముకై రద్దేల? పోనీయుఁడా!"

—: సుజని, రజని :—

గీ. "ప్రేమదేవత పయి నొట్టు బెట్టి చెప్ప
కొనుచు నుందుము, వరరుచి యనఁగ, నరుణుఁ
డనఁగ క్షమియించు మహనీయు లనియె కాని,
కారు క్షంతవ్యు లెన్నఁడుఁ గారటంచు.

సీ. ఎవ్వారి ప్రాపుచే నెల్లరు మా కాళ్ళ
కడఁ బడిగాపులు గాయుచుందు:—
రెవ్వారి కూర్మిచే నెల్ల భౌతికమహా
సామ్రాజ్య మాత్మహ స్తముల నిలుచు;—
నెవ్వారి చేరిక నెల్ల శక్తుల కధి
ష్ఠానశక్తుల మగు సత్వ మెనయు;—
నెవ్వాని మైత్రిచే నెల్ల ప్రేమైకసా
మ్రాజ్యమ్ము కరతలామలక మగును;—

గీ. అట్టి మీ యీ సుధామయాస్యములఁ గనఁగఁ,
బరితపించి, పరితపించి, పరితపించి,
నేఁటికీ చిల్క పేరిటి నెపము జేసి
మిమ్ము గన్నాము; ధన్యత మిగిలినాము.

వ. మిమ్మే పెండిలి సేయఁగాఁ దలఁచి, మమ్మే పంపె మా తండ్రి మా
పమ్మున్ జందముఁ జూడఁ, గీర మచుచున్ వంకన్ బ్రయోగించి, మీ
యిమ్మున్ జూడఁగ వచ్చినార, మిఁక మ మ్మిక్షేర్చినా మన్న ఖే
దమ్మున్ బాసి, మమున్ దయన్ గొని, కృతార్థత్వంబు నొందింపుఁడీ!"

ప్రత్యూషము.

—: అరుణుఁడు, వరరుచి :—

చ. "తనువడినాము మీవచనధారలఁ గ్రోలి, యిదేమి? యెన్నఁడున్
గనని విచిత్రముల్ సమధికంబుగఁ జూడఁగనయ్యె మీరు వ
ర్తనముల రీతు లిట్టి వనరాక నెసంగెను, బొమ్మపెండ్లితోఁ
గొనఁగొనినట్టి యాట కడకున్ నిజమైన వివాహ మయ్యెఁ బో.

గీ. తమ్మిగుడిసెల వెలువాఱి క్రమ్ముకొనెడు
సమధికాయాతభృంగనిస్వనము వోలె,
పూఁబొదల యంతరాంతరములను వెడలు
చెలుల కోలాహల మ్మేమొ చెప్పుడు యిద్ది?"

—: చెలులు :—

గీ. "కుసుమనాయిక పై నేచు కూర్మి చేత
మనసు మఱచిన భృంగకుమారిక లన,
నీ నవోద్యానసౌందర్యహితము జేసి
మఱచినారలె, చెలులార! మమ్ముఁ గూడ?

చ. చెలుల యదృష్ట మింత యనఁ జెల్లదు; మిమ్ముఁ దలంచి యెప్పుడున్
గలఁగుచు నుందు; రే విధముగా మిము గాంతు మటంచు మేమునున్
దలఁచుచు నుందు; మిప్పటికి ధన్యల మైతిమి; మీరు వారిటుల్
కలయుటఁ జూడ మా యయుఫలమ్మనియే తలపోయఁగానగున్.

చ. వినుటయె కాని మీచరిత విస్తృతిగా వినలేము; మీరు నో
టనె తెలియంగ నెచ్చెలు లెడందల వేడుక నొందు వారు; మీ
ఘనతరకీర్తిసంపదయె కారణ మిట్టుల మమ్ము నీడ్వఁగా
ధనము గదా మనోహరసుధామయరూపము వ్యక్తి కెయ్యెడన్."

—: అరుణుఁడు :—

కం. "కలండీ పరిసరదేశం
బుల కెల్లను నాయకుండు, పుష్కరుఁ డను భూ
లలనావిభుఁ, డాతనికిన్
గళత్ర మయి యొప్పు మేచకామణి యనఁగన్.

క. ఆ పుష్కర భూపాలున
కా పెనుఁ బుత్రకులు శతసహస్రాయుతముల్
ప్రాపించిరి; వారలలో
రూపగుణమ్ములకు సోదరుల కగ్రణులై,

క. అరుణుఁ డని, వరరుచి యని,
యిరువురు పుత్రకులు వారు లెల్లన్ బాగడన్
మురువున, నలువున, గెలువున,
గురుతరగుణు లైరి భూతకోటికి నెల్లన్.

సీ. తక్కిన వా రనాయకులు, తప్పుల కైవడి నెక్కడెక్కడో
తప్పుచుఁ దాఁపుచుందురు, పదంపడి యగ్రజు ముందు బొత్తిగాఁ
జుక్కల వోలె సన్ననయి సొక్కెద రంత్యజు ముందు మాత్ర మొ
క్కొక్కెడ మాలిన్యమై మసలుచుందురు, చల్లగ నల్లనల్లనన్.

క. అరుణుఁడన నే, నాతఁడు
వరరుచి, యేదో వినోదవశమున వీసు
దరభూముల విహరించుచు,
నరసితి మిటు విశ్వమోహనాకృతుఁ మిమ్మున్.

* * * *

ప్రత్యూషము.

గీ. వీడఁ జాలని కోర్కెలు వెనుక కీడ్వ,
ముందు జఱుగని పదములు మొండికెత్తఁ,
దిరిగి రాలేక చూపులు దిగులు పడఁగ
నరిగి రెల్లెట్లొ సతులాత్మహర్మ్యములకు.

సీ. హాసనోన్ముఖాస్యులై యెసలారు ప్రసవాంగ
నలఁ జేరు బంభరనాయకులును;—
పసరాకు చీలికల్ కసిగాఁటుగా మేసి
తనిసి కూసెడు పికదంపతులును;—
పసికూనలకుఁ బండ్లరసపుఁదేఁటానఁబె
ట్టుమనున్న కీరకుటుంబినులును;—
బిసినీతతులఁ గూర్చి ప్రియబంధుతతి కిచ్చు
వరటాళి బువ్వంపుబంతులును గ

గీ. నంగ నేదొ వివాహసన్నాహమైన
కరణిఁ బ్రేక్షణప్రాఘుణికాయమాన
హారిసుషమాసముద్దామ మగుచు నొప్పె
నింగి క్రింది ప్రపంచపుఁగేహ మపుడు.

ఉ. చల్లగ వీచె మారుతప్రసారము; లేచి పులుఁగుపంగడం
బెల్ల సుఖస్వరమ్ముల మహీస్థలి జల్లని పుల్కరింపఁగా
నల్లనఁ బాడఁగాఁ దొడఁగె; నందముపూఁతల నెల్లవానిపైఁ
దెల్లగఁ బూయసాగె నులితేఁటరసమ్ముచు జిల్కు వెన్నెలల్

క. అటఁ గలిదేవనృపుండును
ఘటనాయుతుఁ డగుచుఁ బుత్రికల పెండ్లిండ్లా
దటఁ జేయు తలఁపున౯ దగు
నట్టు పురిఁ గైసేయుఁ డనుచు నానతి యిడుఁడున్.

గీ. నగరవీధుల సమ్మార్జన మ్మొనర్చి,
పలుచపలుచని పన్నీరు చిలికి తడిపి,
పూదుమారంబు లందంద పోహళించి,
స్వర్గమార్గంబులుగ వాని సలిపి రంత.

గీ. బాటలకుఁ బ్రక్క లందున్న పాదపములు
క్రిందఁ జరియించు వారి కానంద మొదవఁ,
జక్కగా విచ్చి సుమధుర సౌరభముల
విరియు ప్రసవాళి వారిపైఁ గురియుచుండు.

గీ. కలరవము వానికే నోటు కలదటంచుఁ,
బరభృతవితానముల తోడఁ బంతగించి,
పురము నందలి సుకుమారతరుణు లెల్ల
నవనిసర్గస్వరముల గాన మ్మొనర్తు రి.

క. ఇటుల నలంకృత మగు తన
పుటభేదనమున్ దదీయపురజనుల సము
త్కటకోలాహలమును గని
పటుహర్షాంభోధి మున్కవైచుచు నృపుఁడున్.

గీ. పుష్కరనృపాలునకుఁ బంచెఁ బుణ్యవార్త,
వారి తనయులఁ గూడి రా వలె నటంచు,
మేచకారాజ్ఞి యదివిని మిగుల నలరెఁ
దరుణ మరుదేర రోదసీపురము నందు.

క. అరుణుని రూపము సుజనియు
వరరుచి రూపమ్ము రజని భావించుచు వా
రరుదుగఁ ద మ్మెపుడెప్పుడు
పరిణయ మాడు రని వేగపడు చున్నంతనే.

తూ్యాషము.

క. శుభసమయము ప్రాపింపఁగ
నుభయులు నాయత్తు లౌచు నుండఁగ ధరణీ
విభుఁడా సుజనీరజనుల
సుభగముగా నరుణావరరుచుల కల్పించెన్.

ఇది,

ప్రణయబీజము.

ప్రత్యూషము.

ద్వితీయమరీచి.

వ. అగణితకాంతరూపవిభవాతిశయంబుల నొప్పుచున్న య
మ్మగువల కెల్ల తృప్తియగు మాడ్కి మెలంగిరి రాకుమారు; ల
త్యగణితరూపవిక్రమరసాతిశయమ్ముల నొప్పుచున్న య
మ్మగలకు నట్లె తృప్తియగు మాడ్కి మెలంగిరి భూవరాంగనల్.

ఉ. ఉల్లము కొల్లగొన్న సుషమోన్నతిచే, ధృతిచే, మనోజరా
ట్టల్లజు నైన నింక నటు తగ్గు మనంగల రాజచంద్రముల్,
వల్లభు; లేరి కోరికొని వారిక డెందము లమ్ముకొన్న వా
రల్లలితాంగు; లింకఁ గొఱయా? మఱి వారి మనోరథాప్తికిన్

చ. కలవు నిసర్గకోమలసుగంధలతాంతనితాంతశయ్యలున్;
గలవు గృహీతసౌరభసుఖప్రదమందసమీరపోతముల్;
కలవు తుషారముల్; కలవు కౌముదులున్; కల వబ్జవాటికల్;
కలవు మనోరథంబులు; సుఖప్రతిపత్తికిఁ కేటి లోటగున్

సీ. కృతకశైలగుహాంతరితు లౌచు భోగినీ
తతులతో విశ్రాంతితరుణములను;
కేళాకుళుల యందుఁ గేవలవిషయాను
సక్తిమై మజ్జనసమయములను;
ఔశీరయవనికాభ్యంతరమ్ముల స్త్రీజ
నములతో మధ్యాహ్నసమయములను,
ప్రమదావనుల నాగవల్లీనికుంజాళిఁ
గౌఁగిళ్ల దివసాంతకాలములను;

ప్రత్యూషము.

గీ. శంభలీలబ్ధశూన్యానుషంగితుచ్ఛ
వారనాకీపరీరంభవార్ధిఁ జొక్కి,
యిదియె ప్రణయావధియు మోక్షమిదె యటంచు
రీషదైశ్వర్యమత్తులై యిపుడు నృపులు.

గీ. కాని ప్రాచియు సంధ్యలు లేని యపుడు;
ఋతువిభేదమ్ము సావి వర్తిలని యపుడు;
శాశ్వతవసంతమె సతంబు జఱుగు నపుడు;
వారు పొందిన సౌఖ్యంబు వశమె తెలుప ?

కం. కుహనావృత్తాంతంబులు,
కుహనావేషములు, కృతకఘోషవిషయస
న్నహన మెఱుంగరు వారలు;
సహజపునీతములు వారి సంతోషగతుల్

కం. రజనిని వరరుచియును, నీ
రజమున సారంగ మెటుల ప్రాలి, యచట పూ
రజమున ప్రుంగును, మధుపుడు
భుజియించునొ, యట్లె మున్ను మున్గుగఁ బొందెన్.

గీ. ప్రసవకన్యకతో గంధవహుని రీతి
ద్రవ్యమును దాని సహజధర్మంబు పోల్కి
వాక్కు నర్థంబు గలసిన భంగి నగుమ
సుజనితో నరణుంపు తా జోడుకూడె.

—: అరుణుఁడు, వరరుచి :—

సీ. "విశ్వమోహను జాబి వెక్కుస మ్మగుచుండఁ
గలభాషలకుఁ గూడఁ గలదె నేర్పు ?—
కల భాషణాల నేర్పె కడు భర మ్మగుచుండ
గానమ్మునకుఁ గూడఁ గలదె నేర్పు ?—

గానమ్ములో నేర్పె కరఁగింపనోప శృం
గారచేష్టలఁ గూడఁ గలదె నేర్పు ?—
శృంగారచేష్టలే పొంగార్చె నెద నన్నుఁ
గాముకక్రియ లందుఁ గలదె నేర్పు ?—

గీ. ఇన్ని నేర్పులు నేచిన యింతు లనుచు,
మొదటనే మాకుఁ దెలిసిన మోసపోయి
మిమ్ముఁ గొనకుండియుందుమో కొమ్మలార !"

—: రజనిసుజని :—

"నేర్పు లన్నియు మీ యొద్ద నేర్చినవియె !

ఉ. మీ యనురూపరూపగుణమృష్టవరిష్టవిధమ్ము వించు నే
మో యనుకొంటి మిట్లు కనుచుండఁగనే కనుపాపఁ దీయు వి
ద్యాయుతు లాట మే మెఱిఁగి నట్లయినన్ సహజస్వభావని
ర్మాయిక లైన మేము తమప్రాపునఁ డక్కరు లౌదుమే యిటుల్ ?

గీ. కూర్మి పాతరలాడు కన్గొలుకు లోన
దాఁగి, సాఁగి, వెన్కకు బోవు సోగ చూపు
తుదలు మైమైనఁ బొలసి పేరెదను నిదుర
బుచ్చిన సుమాలమునఁ దెలిపోతి మపుడు.

గీ. అట్టి మేల్కంటి మిప్పు డే మన్న నేమి ?
టక్కరితనాలో ? మక్కువ మిక్కుటములో ?
'మేము మీ ప్రేమ మీఁదు మా ప్రేమలందుఁ
దెల్పు లైతిరి; కృషియును దీనికేకద"

—: అరుణుఁడు, వరరుచి :—

చ. చిలుకల పల్కు తీపు, సరసీరుహపత్రము సొంపు, గండుకో
యిలల మనోజ్ఞగీతములు, నింపగు బంభరనిస్వనమ్ము గం
ధిలసుకుమారగంధఫలి నీటు, నివన్నియు జ్ఞప్తిరావు మి
మ్ములఁ గనుచున్నచోఁ, గలుగఁబోలు నెమీ కవి యేన్ మహత్వముల్ ?"

ప్రత్యూషము.

—: సుజని, రజని :—

చ. "తనువడఁ జిల్కఁబోదయె కదా మనలం జతఁగూర్చి, నొండొరుల్
మన మిటు నర్మమాడుకొను మాటలు వింటయు నంత పాడి గా
దనియెయొకో, సింహాసంహానను లైన మిమున్ గననోడియో, భవ
న్మనములఁ జిల్క లజ్జములు మాకు శరణ్యము లిచ్చి పోయెఁబో!"

గీ. ఇటు లనెడి ముద్దుగుమ్మల, నిష్ట మలరఁ
బాన్పు లంచునఁ దాము భాగములయి,
సుఖతరంగిణులం దేల్చి చొక్కుచుండ,
నల్లురఁ దలంచి కలిదేవుఁ డనుకొనె నిటు.

—: కలిదేవుఁడు :—

కం. "వచ్చినది మొదలు కనియెద
నచ్చపలాక్షులను గలసి హాళిన్ బాళిన్
ముచ్చటలాడుటె దప్పఁగ
నిచ్చలు వీరలకు వేఱు నిరతులు లేవే.

మ. పటుధైర్యంబు నవక్రవిక్రమము దుర్వారప్రతాపంబులున్
భటసందోహసహాయసంపదలు సంప్రాప్తించియున్ వీరు ప
ర్యటనం బించుకఁ జేయరైరి; నిరతం బబ్జాక్షులన్ గూడి ము
చ్చటలన్ ముద్దుల నాడుచుందురు రతోత్సాహంబె సారంబుగన్

గీ. ఓరి! నీ వేగి యొకతూరి యుచితఫణితి
నల్లునకు బూడఁ గోఁనా రథపు లనుచుఁ
జెప్పి, వారిల నిచటకుఁ జేరి రమ్ము!
భద్రపీఠమ్ములను సిద్ధపఱచి పొమ్ము!

ఉ. వచ్చితిరా ! సరే! యవె సువర్ణమయాసనముల్ సుఖమ్ముగా
నచ్చటఁ గూరుచుండుఁడు, నయమ్ముగ మీ కొకమాటఁ జెప్పఁగా
నిచ్చ జనింప, మంచి తఱి యియ్యదె యంచు దలంచి వార్త నేఁ
బుచ్చితి, నత్తవారి గృహముల్ నిరతమ్మును సౌఖ్యదమ్ములే.

ఉ. మీ తలిదండ్రు లెట్టు లెలమిన్ మిముఁ జూచెడి వారొ కాని, యా
రీతి సపర్య మిమ్ముఁ దనరించునొ యంచుఁ దలంతు; నెల్లఁ, జా
మాతల గౌరవా లనెడి మాటయె దక్కును మాకుఁ, గాన మీ
కే తెలియున్ సమస్తమును, నేను వచించెడి దేమి క్రొత్తగన్.

శా. ఏ మాత్రమ్ముఁ గొఱంత సేయకయె మీ యిష్టానుసారంబుగా
నే మా పుత్రికలున్ మెలంగుదురు కాదే? యిచ్చటన్ మా గృహా
రామంబుల్ తమ యిండ్ల యందు వలెనే రమ్యంబులై యుండునే?
జామాత్రగ్రణులార! మీ కిచట నుత్సాహంబుగా నున్నదే?

మ. తమకంబున్ దరుణంబుఁ బ్రాయమున ముద్దల్ కట్టి యున్నట్టి కా
లములో నెట్టుల నుంకుకో కనక లీలన్ బల్కెదన్ గాని, చి
త్తములన్ బౌరుషవంతు లింటికడఁ గాంతాలోలురై యుండనే
ప్రమదోత్సాహము లెక్కుడౌ ననుచు మీరల్ మాత్రమూహింతురే?

కం. సరసాలుఁ డింట నుండినఁ
దిరమగు యశ మెటుల నబ్బు, దిగ్విజయనిరం
తరదానయజ్ఞధర్మా
చరణమునఁ గాక నిరతిశయకీర్తియగున్.

కం. రాజులకుఁ బౌరుషం బే
రాజితముగ వన్నె దెచ్చుఁ, బ్రజలన్ బ్రజలన్
భ్రాజితగతిఁ గనవలె, ని
ర్వ్యాజకృపాసారరసతరంగితమతియై.

ప్రత్యూషము.

మ. యజమానుండు ప్రజావ్రజప్రకృతిమధ్యంబందునన్ దాను నో
క్క జనుం డౌచు, సమిష్టిజీవితపుమార్గంబుల్ వివేచించి, సా
ర్వజనీనశ్రేయమైన సాధనములే వర్తింపఁగాఁ జేసి, ది
గ్విజయాటోపము నొందఁగాఁదగు లసత్ప్రేమాస్త్రప్రయోగంబునన్.

గీ. ఆయుధము గాదు దిగ్విజయంబు గూర్చు,
వాహినుల కెవ్వ రింతేని భయముపడరు,
చతురుపాయమ్ము లెవనికి సలుపరాదు,
ప్రేమయే కారణంబు దిగ్విజయమునకు.

గీ. ఇవి యలంకారమాత్రమ్ము, లీ యనీక
మీ కృపాణమ్ము, లీ యీఁటె, లీ మహాస్త్ర
శస్త్రములు, నన్ని యట్టహాసమ్ము కొఱకె
ప్రేమయే సర్వదుర్దమవిజయశక్తి.

గీ. కత్తిచేఁ జెక్కుకొన్న యఖండరాజ్య
రమల ప్రతిమలు క్షణములో రాలిపోవుఁ
గరుణచేఁ బోఁతపోయు నఖండరాజ్య
రమల ప్రతిమాతతు లనశ్వరముగ నిలుచు.

ఉ. కావున మీరు దిగ్విజయకార్యము దీర్పఁడు, శీఘ్రమే యనీ
కావృతు లౌచు, దారుణరణాస్త్రసహాయులు నౌచు, నిన్నియున్
గేవలభూషణమ్ములుగఁ గీర్తికి సేవధి యైన ప్రేమయే
పావనశస్త్రమౌ నటుల, వాక్కున మేన నెదన్ వహించుచున్.

ఉ. కాంతల నెయ్యమందు మమకారపుఁ దియ్యఁదనంబె ప్రేమగా
నింతటి దాఁక నేరిచితి; రిప్పుడు నూత్నవిధమ్ముగా జగ
మ్మంతయుఁ దాని మీకు వశమయ్యెడి చొప్పును గూడఁ బ్రేమగా
నెంతురు గాక! యిట్టి విధమే తమ కభ్యసనీయ మయ్యెడిన్."

ద్వితీయ పరీక్ష.

—: అరుణుఁడు, వరరుచి :—

గీ. "ఎంతయు నపూర్వమైన వృత్తాంతములను
నేఁడు మీ నోట విననయ్యె; నిఖిలజగము
నాయుధము లేక గెల్వఁగా నగునటన్న
మాటయే మాకు మిగుల విస్మయము గొల్పు.

శా. మా యింటన్ వసియించు నప్పుడును సంరంభమ్ము నుత్కంఠ నిం
తో యెంతో కన కట్టులే గడపినామో కాని, యీ యుత్సుక
మ్మే యిచ్చోట సుఖస్వరూపముగ నయ్యెన్; సృష్టిలో నూతనా
ధ్యాయం బొక్కటి నభ్యసించితిమి; మీ యల్లుండ్రమై యాగతిన్.

గీ. ఇయ్యథాభౌతికాకృతి నెల్లఁ జూచి,
దాని సౌందర్యమునఁ దొల్లి తన్మయత్వ
మొందినారము; మీ కూఁతు లొంది యిపుడు,
నాగరిక మైన సుఖము గన్నార మిచట.

గీ. మొదటఁ బ్రకృతిని గని మేము పొందినట్టి
ప్రమదమున కన్న వేయిరెట్లమిత మగుచు,
డెందమునఁ జెప్పరాని యానంద మొసఁగు
రాగరసమును గంటి మీ రంగ మందు.

గీ. అదియె ప్రేమ యటంచు మీ రన్న వార,
లంతకంటెను మీ రేదో యతిశయమగు
ప్రేమవృత్తాంతమును వివరించినార,
లదియె ఘనతరమహిమచే నలరు నేని.

కం. ఆ మూఁడవ దగు పూత
ప్రేమవిధానమునె యనుసరింతుము దానిన్
గామింతు, మటులఁ జేయుటఁ
గా మింతుము భౌతికమునఁ గర మధికులమై.

ప్రత్యూషము.

కం. కనుక నాళవిద్య నేర్పఁగఁ
బనుపుం డిఁక," ననుచు వారు ప్రార్థింపఁగ, న
జ్జననాయకుఁడును బలముల
ననువుగ నాయత్తపడఁగ నాజ్ఞాపించెన్.

కం. ధరియించిన ఖడ్గమ్ముల
మెఱయించిన మెఱపు కను శమింపక మున్నే
మురియించి విజయకాంతను
వరియించెద మనుచు సుభటవర్గము లాడెన్.

* * * *

చ. అదె యదె వచ్చె వచ్చెఁ గనకాభమరీచుల తోడ నెవ్వఁడో
సదమలమూర్తి! వీనియెడఁ జక్కఁగఁ జూడఁగ నైన రాదు, భా
స్వదమితదుర్నిరీక్ష్యుఁడు, ప్రచండకరోగ్రుఁడు, నైన వీని యీ
వదనము దర్శనీయమును, వారకఁ దీక్ష్ణము నౌను వింతగన్.

చ. తుది మొద లేని లే కిటుల దుర్దమపుం గహనమ్ములై దురా
సదములునౌ యయోమయపు స్థానములన్ వెలుఁగొందఁ జేసి, య
భ్యుదయము గూర్ప వచ్చెడును బో హృదయంగమ మయ్యు, వీని బె
ట్టిద మగు కాంతికే యటమటించెద, మిట్టుల సంజలించుచున్.

గీ. వీని రాఁక మాకుఁ బ్రీతిదాయక మయ్యు,
ఖరతరంబు లైన కిరణములె స
హింపఁ జాల, మెట్లు నెదిరింప మసాధ్య
మనుచుఁ దలఁచి రెల్ల రరుణుఁ గాంచి.

కం. తన రాఁక చేతఁ బ్రజలను
దనుకఁగఁ జేసియును, జండతరకిరణంబుల్
చొనిపి తదీయుల నరుణుఁడు
వినయమ్మును భయము గొలిపి, విజయా బాడెన్.

కం. అపుఁడు శత్రుల ఖరతర
కరములఁ గావించి నట్టి గాయంబులఁ దా
వరరుచి నిజశీతసుధా
కిరణమ్ములఁ దాఁకి, వ్రణచికిత్స యొనర్చున్.

కం. సూయాణాం బీ గతి నిర
పాయముగా ముగియఁజేసి, వసుమతి నెల్లన్
స్వీయముగా నొనరించి, సు
నాయాసముగా యశంబు నార్జించె మహిన్.

గీ. అరుణుఁ డీ కైవడిని జైత్రయాత్రఁ జేసి,
రోదసీనగరంబు జేరుకొనె నంత;
శ్వశురుఁ డత్యధికముగ హర్షంబు నొంది,
పలువిధంబుల నల్లుండ్రఁ బ్రస్తుతించె.

కం. దినదినము కార్యభారం
బెనసి యధిక మగుడు నరుణుఁ డిచ్చెను రాజ్యం
బున నగపాలును తమ్మున
కనయము పాలించి కొమరు నందఁగఁ జేయన్.

గీ. ధరణి నీ రీతిగా నన్నదమ్ము లెనసి
పంచికొని యేలుచుండి రభ్యంచితముగఁ
బ్రజల మేలునకై కడుఁ బాటుపడుచు,
జనుల సౌఖ్యమె తమసౌఖ్య మనుకొనుచును.

మ. ధరణీమండలదిగ్విదిగ్విజయయాత్రం జేసి యీ రీతిఁ దా
నరుణుం డాత్మసహోదరుం గలసి రాజ్యం బేలఁగా సాఁగె నీ
సరణిన్ గాలము వోవుచుండఁగ జగచ్చక్రం బెఱింగెన్ నృపా
వరజుం డగ్రజు కన్న నల్పుఁగఁ బ్రతాపస్థైర్యశౌర్యంబులన్.

ప్రత్యూషము.

సీ. ఎదిరి చూచెడు వారి దృష్టులు చీకిలిం
చఁగఁ జేయు తీక్ష్ణవర్చస్సు లేమిఁ;
ప్రజల స్వాంతము లందుఁ బ్రమదమ్ముతోఁ బాటు
సాధ్వసమ్మును గొల్పు శక్తి లేమిఁ;
ఖలవైరిదుర్వారగర్వనిర్వాపణ
క్షమ మైన బలసమగ్రతయు లేమిఁ;
చతురంతవసుమతీచక్రమ్మును జయింపఁ
గల మనోహరకటాక్షములు లేమి;

గీ. నమ్మృణశీతమ్ములై హృదయంగమంబు
లయ్యుఁ గడు పేలవములై భయమ్ము గొలుప
నట్టి వరరుచి కరముల నరసి లోక
మాతఁ డగ్రజునకుఁ దక్కు వనుచుఁ దలఁచె.

సీ. తగునట్లు దుష్టులఁ దండించి పాలించు
రాజును మిగుల దుర్మార్గుఁ డనును;
దయతోడ నెల్లరఁ దయివార్చి పోషించు
పతిఁ జేతకాని నిర్భాగ్యుఁ డనును;
సమవృత్తిఁ బక్షపాతము లేక యేలు భూ
రమణుని బచ్చి విరాగి యనును;
క్షాత్రనీతివిశిష్టసద్వర్తనుం డైన
జనపాలుఁ జండశాసనుఁడే యనును;

గీ. జగము దోషైకదృగ్విలాసప్రమోది
యగుట, నిష్లాట ధరణినాయకుల తప్పె?
రట్టు పెట్టఁగ నిటువారిఁ బట్టుకొన్న
ధరణిరాజ్యపిశాచంబు తప్పు గాక!

చ. అమృతము తేఁట పైనఁబడి హాయిగఁ జాలుగఁ బ్రాఁకువెట్టునో;
హిమమునఁ జల్వయే పొడవులెత్తి పయింబడి ధార లౌనో; సాం
ద్రము లయి వీని యొప్పెడు కరమ్ములు సౌఖ్యము గొల్పుఁ గాని, కాం
చెము ఖరభావ మందె కొఱచిక్కిన వయ్యదె లోటు వీనికిన్.

గీ. అనుచు జగ మాడ వరరుచి యవని నెల్ల
స్వీయకరజాలపాండురస్ఫీతకాంతిఁ
బొదిగి విమలమ్ముగాఁ జేసి మొనయునట్టి
తరుణమున నొక్క వైపరీత్యంబు జఱిగె.

గీ. నేను నట్టులె చూచుచు నిలచియుంటి
నంబరమ్మున వింత యే మగునొ యనుచు
నిలచి యుండిన యట్టులే జలదరించె
నిలువు నిలువెల్ల నొకసారి నింగియెల్ల.

సీ. క్షీరపాండురశుభ్రచారుచంద్రిక లెల్లఁ
బలుచనై పోయెడు పగిది తోఁచెఁ;
బ్రతిపదార్థము క్రింద రమ్యరోచిశ్ఛటా
వలయముల్ కదలునట్టులుగ నయ్యెఁ;
భూతజాలం బెల్ల భీతిచే విహ్వలిం
చెడునట్టు లట్టిట్టు చెదరసాఁగెఁ;
జటులవిషాదవాసన మోయుచున్నట్లు
దిగులుగా గాడుపు తిరుగసాఁగెఁ;

గీ. ప్రకృతి మాసిన గతిఁ గనంబడఁ దొడంగె;
మూసికొని వచ్చునట్లయ్యె భూవలయము;
ఆకసమ్మునఁ దేలెడి నాకుఁ గూడ
నేదొ దుస్స్వప్న మగుచున్న వృత్తి తోఁచె.

ప్రత్యూషము.

ఉ. భూతల మా దశాంతిమును బుట్టఁ దొడంగెఁ; బ్రపంచ మేదియో
రీతిగ నుండి, యేదో విపరీతము కల్గు నటన్న సూచనల్
ద్యోతము చేయ సాఁగె; నదియో వచియింపఁగ రాని భావ ము
త్పాత మొకండు కల్గెను విధమ్మును దెల్పఁగ సాఁగె నాకునుఁ;

గీ. ఏమి యుత్పాత మిప్పుడు జనించు నంచు
నరయుచున్నంత దూరమ్ము నందు నల్ల
దంతురాంధతమసమయ స్తంభ మొకటి
లేచి, నడయాడి, రా బయల్దేరసాఁగె.

సీ. హాలాహలవిషానలాభీలమూర్ధాంత
రూక్షమ్ము లాతని వీక్షణములు;—
నిర్హేతుకక్రూరనిర్హ్రాదగాద్గద్య
ఘుర్ఘుర మ్మాతని గళరవమ్ము;—
అవిరళధ్వాంతమధ్యస్థపిచ్ఛిలధూమ
విగ్రహ మ్మాతని వెడగుమేను;—
చటులగహ్వరగళోభ్రాయోద్గమోల్లల
జిహ్వాకాస్త్రము వాని శిథిలవక్త్ర;—

గీ. ముద్యదున్నతదంష్ట్రామహోజ్జ్వలంబు
వాని దారుణముఖ మహావదన;—మతని
భీకరకరాళగంభీరవృత్తిఁ జూచి,
భయముపడి, పైకిగఱులెత్తి పఱచినాఁడ.

గీ. కనఁబడను;—దూరదూరాలఁ గలవరమ్ము;
లేడుపులు; వెఱ్ఱి నవ్వు; లేవేవో రొదలు;
మాయ పొగమబ్బు లన్నింటి మాటు వెట్టి,
వఱదలై, వాఁగులై, ప్రాఁకి, పైకి వచ్చు.

సీ. తెరలెత్తుకొని తేలు కరిమబ్బు దుబ్బు లం
టించెడు కిన్క అంకెల కొఱవులు;—
పొగమంచు వసనాల పొరలలోఁ జొఱఁబాఱి,
యెచటికో పడిపోవు నేఱ్పుటేర్లు;—
మసకచీఁకటినెఱుల్ ముసరిన యిఱుకుల
గూఁపులై వినఁబడు గుసగుసలును;—
బలవంతముగ గ్రుడ్లు పడలాగుచున్నట్లు
"హ్రూ" యని యార్చు ఘోరారవములు;—

గీ. నొకటిగా నాకు నింగిఁ బయోధరముల
మఱుగులం జీల్చికొని వినంబడఁ దొడంగె;—
యవనికాభ్యంతరమ్మున నగుచునున్న
సంగరము వోలె భయము నాసక్తిఁ గొలిపె.

గీ. ఆ పయోముక్తకాయంబు నవలఁ ద్రోచి,
క్రిందఁ గనుగొంటి, నిటునటు క్రేళ్ళువారు
జంతుకోటుల నీ రీతి జఱుగుచున్న
యంత కలఁతకుఁ గత మాతఁ డని తలఁచితి.

ఉ. వంకరటింకరై యినుమువాఱిన వ్రేళుల కొంకిగోళ్ళతోఁ
గొంకరపోవుచున్నటులఁ ~~గోతిఁ~~ పదార్థము దేని నేని నా
శంకరుఁ డా నిశాచరుఁడు స్పర్శ యొనర్చిన, నప్పదార్థముల్
పొంకము బాసి బొగ్గులయిపోయిన యట్లగు నా నిమేషమే.

ఉ. పర్వుచునున్న కొండఱను బట్టి మొఱ్ఱో యనుచున్నఁ జేతులన్
జెర్వియుఁ, గాళ్ళు శోణములు జెక్కియు, శీర్షము బట్టి యీఁ
బుర్వులఁ బోలె దుల్చి, చెదఁ బోలెఁ బదమ్ముల రాచి, మ
గర్వమదోద్ధతుండయి, యఖర్వముగా నిటు బాధ పెట్టెనన్,

ప్రత్యూషము.

గీ. బెగ్గలం బగ్గలింప బెంబేలువోయి,
జనులు జననాథు కడ కేగి, దనుజనాథు
హాలహాలిక ముగ్గడింపంగ, నసురుఁ దునుమ
వాంఛ చెలరేఁగ దురమేగె వరరుచియును.

ఉ. కొండికవాఁడు విక్రమము కొద్ది, బలమ్మురు స్వల్ప మన్న పా
షండవిచార మించుకయు స్వాంతమునన్ జొరనీక, రాజు దో
ర్దండగదాప్రహారజనితస్వనితధ్వను లెల్లఁ గూడి, బ్ర
హ్మాండకరండకర్పరము నంతయు బ్రద్దలు గాఁగఁ జేయుచున్.

చ. తడయక విక్రమించి, యసిదాహము దీరుప నెంచి, నొక్కటే
తడవ యురఃకటాహమున దైత్యుఁడు బ్రాఁతిగ దాఁచుకొన్న నె
త్తురులను రుచింపఁజేయ, రుచిఁ దోఁగిన యట్టులె, మాటిమాటి క
య్యెడకె సనందొడంగె నది; యిష్టుల పీడఁగ నోర్తురే జనుల్?

మ. జనితామర్షణుఁడై తమోసురుఁ డవష్టంభంబునన్ భూమిశాం
తనితాంతామలకాంతు లాతనికి నేత్రభ్రాంతినిన్ గల్గఁ జే
సిన నెట్టెట్టులొ వాని మధ్యముననే స్వీయాంధకారచ్ఛటా
ఘనధారాకరవారమున్ జొనిపి తాఁకన్ జూచె నుర్వీధవున్.

కం. పెనురాలన్ దరుశాఖల
ననిఁ జేసిరి భూరిభైరవాటోపములన్
జనులును జాంఘూకరికుల
వినఁబంచి రరుణునకు రణవృత్తాంతంబుల్.

గీ. అయ్యుదంతము విన్నంత నరుణుఁ డాత్మ
సోదరుని విపన్నస్థితి నుల్ల మందుఁ
దలఁచికొన్నంతఁ దత్క్షుద్రదనుజు నెడలఁ
గినుక సనుదేరఁ గడగంటఁ గెంపులూర.

గీ. అనతికాలమ్ము లోన సైన్యముల నెల్ల
నాయితము జేసికొని శీఘ్రయానమున నె
యాహవవిహారభూమికి నరుఁడు డేగె
నాలసించిన నాపద లగు నటంచు.

మ. ద్రవిణస్ఫూర్జితబాహువిక్రమకృతోగ్రధ్వానముల్ భీమభై
రవధూర్త ప్రతిపక్షదుర్మదజిహీర్షాజృంభమాణోద్భటా
రవడింభోళి; ద్విషద్భయానకశరీరస్ఫారదుర్వారరు
జ్ఞవకాండమ్ముల గాంచి తా నిలచెఁ గింకర్తవ్యతామూఢుఁడై.

గీ. దనుజుఁ డటు లుండి యొక్కింత తడవునకును
కుదుటఁబడి సింహనాదమ్ము ఘోరభంగిఁ
జేసి, యరుణునిఁ దాఁకె; నా క్షితిపతియును
స్వీయతేజమ్ము ఖరముగా వెలుఁగఁజేసె.

ఉ. అత్తఱి నత్తమోసురుఁడు నా క్షితినాథు మహోగ్రతైజసో
పాత్తకటాక్షభల్లముల కాఁగఁగ లేక ప్రహారబాధచే
నెత్తురు నెత్తురుల్ నుమువు నింపఁగఁ గ్రక్కుచు బెండగిల్లి ప
ర్వెత్తె రణాంగణస్థలిని వీడి, మృగేంద్రముఁ గన్న లేడినాన్.

—: అరుణుఁడు :—

ఉ. "సాఁగి పయింబయిం బోరలి జాలుగఁ బాఱెడు మీఁదు సౌఖ్యపున్
వాఁగున కడ్డువచ్చు పెనుపర్వత మైన నిశాటు దారుణో
ద్యోగము చేసి యెట్లవిసియుంటిరో! యోజనులార! యింక మీ
రేగి సుఖప్రవృత్తి వసియింపుఁడు శాంతపరీతచిత్తులై."

చ. ఇఁక దనుజుండు రాఁడు, మిము నెట్లను దత్తఱపెట్టఁబోఁడు, నే
నొక పతి తమ్ముఁ డొక్క పతి యొక్కరి పిమ్మట నొక్క రాచు, తు
ల్లకజనదారుణాచరణలన్ మిముఁ గాచుచు నబ్ధిమేఖలన్
సకలము రెండు భాగములు సల్పి చరించెద మింత నుండియున్.

ప్రత్యూషము.

గీ. ఏను లేని భాగమ్మున కేగు ననుజుఁ
డతఁడు లేని భాగమ్మున కరుగుచుందు
నేను, వెన్వెంట వెన్వెంట నేగుచుండి,
యిటులఁ గాశ్యపి నంతయు నేలఁగలము."

గీ. ఇటుల భూచక్రమున నొక్క రేగు నెడకు
నొక్క రేగక విక్రమయుతులు పార్థి
వేంద్రులు వసుంధరాస్థలి నేలుచుండ,
నొక్క చోద్యంబు ప్రాప్తించె నక్కజముగ.

చ. వరరుచి మున్ను దా దనుజు బారిని సంకట మొందినట్టి యు
ర్వర కరుదెంచి, తన్నికటవాటికలం గల చిత్రసంచయం
బరయఁ దలంచి, తాఁ జనె భుజాంతరభాగనిసృష్టశాబక
త్వరితచలత్ప్లవంగకలితద్రుమవారమనోజ్ఞసీమలన్.

గీ. అంకుకొనఁ గోరి యాసాస నఱ్ఱు లెత్తి,
పైకి, జూచెడు హరిణశాబకుల తరళ
దృగ్బలాకృష్టములు వోలెఁ దివిరి తామె
తలిరుకొమ్మలు వంగు చిత్రమ్ము గనుచు;—

గీ. స్వీయశృంగాగ్రమున నేణనాయికలను
రాయు సారంగదక్షిణనాయకుండు
నలరఁగాఁ దత్తనులిలిక్షువు లగు ముగ్ధ
హరిణతరుణుల దాంపత్యపరతఁ గనుచు;—

గీ. గిరిగుహాంతరమున నుండి దొరలుచున్న
ఝరుల కెనఁరేఁడు కొంచుఁ దద్దరుల నిర్భ
యమ్ముగాఁ జొచ్చి, తామర లనెడి శంక
జాతిపూవులఁ దెచ్చు మరాళిఁ గనుచు;—

గీ. శైలశృంగాగ్రమునఁ గాళ్ళజంట మోపి,
క్రింది చేతినుండి, పై కేచి యంది యంద
కున్న కింశుకశాఖాగ్ర మొడిసి పట్టఁ
దివురు పసిమేఁక గుండియ దిటవు గనుచు;—

వ. ప్రమదము మీఱఁ దా నడచి వచ్చిన దూరముఁ గూడఁ జూడ కా
క్రమమున ఖేలనన్ సలుపు రాజకుమారున కంద మొందఁ బ
ద్మమధురగంధబంధురసుమంధయవందితమందమందవా
తము గుమి బంధువై తనువుఁ దాఁకి, కరమ్ములు సోఁకి, ప్రాఁకినన్.

కం. ఆ వాతము లరుదెంచెడి
త్రోవల్ గని, మఱియు మఱి కుతూహలమతియై,
యా వైపు నడచి, చనె, నటు
పోవంబోవంగ నతని పుణ్యవశమునన్.

గీ. స్ఫటికసానువికారనిసర్గరమ్య
మైన కమలాకర మ్మొండు దాని దరులఁ
బంతమున వ్యోమమున కెగఁబ్రాఁకుచున్న
రంగదుత్తుంగనారంగరాజి పొంత.

కం. తుహినశిలానిర్మితవి
గ్రహానిర్మలతనుయుతన్ దిరస్కృతచంచ
న్మహిమాపాంగన్ గించి
న్మహిళారత్నంబు భూమినాథుఁడు కాంచెన్.

సీ. నిజపాదనఖకాంతి నెలరాలఁ బ్రస్వేద
కోరకితమ్ముగాఁ గొఱలఁజేయ,
నిజసుందరాననసీరజంబునఁ దేఁటి
పిలుకలు ఝుమ్మని యలముకొనఁగ,

నిజకటాక్షాంచితస్నేహంబున సరోవ
రమునఁ గొల్లగ నుత్పలములు వుట్ట,
నిజమంజులస్మితనిస్తులశక్తిఁ బొం
తల మల్లి పోరఁబోరఁ దలిరు లోలయఁ

గీ. దనదు సౌందర్యశోభ తత్సరసి నెల్లఁ
బ్రోది సేయఁగఁ గేలఁ గపోల మూఁది,
యేమొ యోజించు చొంటిమై నెసఁగుచున్న
భువనమోహిని నొకతె భూధవుఁడు కాంచె.

—: వరరుచి :—

గీ. "అందపుందెర దోబూచులాడుచున్న
ప్రణయవతి ! యెంటి నుంటి వెవ్వతెవు నీవు ?
ప్రేమ పొంగులువారెడు ని మనస్సు
నెతని కొఱ కెట్లు దాచియుంచితివి నీవు ?"

—: తరుణి :—

గీ. "నా యెడల నిట్టి ఘనతరాపాయమునను,
నాదు సేమమ్ము ప్రేమమ్ము నాదరించి,
యరయునట్టి మీ నామధేయమ్ము నెట్టి
దివ్యవర్ణాళి వెలయునో తెలియ నగునె ?"

—: వరరుచి :—

చ. "వరరుచి యంద్రు నన్ను జనపాలశిరోమణి నైయె తనర్చు పు
ష్కరునకు, మేచకాసతికిఁ, గల్గిన బిడ్డఁడ; మత్ప్రతాపదు
స్తరమహిమాభిపాలితవిశాలము లీ కననా ప్రదేశముల్;
తరుణి ! వచింతువో భవదుదారచరిత్రము నాకు నిర్మ్యోడ్రా."

—: తరుణి :—

ఉ. "నా తలిదండ్రు లెవ్వరో కనన్ విన నెన్నఁడు; నియ్యరణ్యమం
దే తిరుగాడు జంతువులె యెప్డయినన్ ననుఁ బల్కరించెడున్;
గీతము పాడుచున్ గుముదినీ! యని కోకిల నన్నుఁ బిల్చు; నీ
రీతి వసింతు; నాదగు చరిత్రము నింతియ భూపచంద్రమా !"

—: వరరుచి :—

ఉ. "ఈ వనవాటి నుండు టిది యేల ? వివిక్తపదమ్ము లందు, ఖే
తావహవన్యజంతునివహంబుల మధ్యము నందు, కాంత ! ర
మ్యాస్థవు మదీయదార వయి, యింబుగ నందుము విశ్వభూతధా
త్రీవలయాలయాఖిలచరిష్ణువరిష్ణుభవిష్ణుసేవలన్."

—: కుముదిని :—

గీ. "చెవుల కీ మీ నుడుల్ సుధాసేకములగు
నార్యపుత్రి ! భవద్వచనార్థ మెల్లఁ
దెల్లమయ్యెను, నిజమయ్యె దేని కొఱకొ
హృదయపుటి తత్తఱించుచున్నది కరంబు.

గీ. పుట్టి పెరిగిన డిట నైన మూలముననొ ?
జంతువిహగోరగమ్ముల సఖ్యముననొ ?
యేమొ, యే కారణముననొ ? యిచోట లేని
యితరసుఖ మెందు నుండు నం చెంచ నసఘు !

గీ. అన్యదేశంబు లందు సుఖానుభవము
నే నెఱుంగని విషయంబు నిజమె కాని,
యేలొకో, నాదు స్త్రీస్వాంత మిచోటు విడచి
యెందు కడ కేగుటకు నొప్పకున్న దనఘ !

ప్రత్యూషము.

గీ. ఏది యెట్లైన మీరు నా యిష్టమునకు
సవ్యముగ నుండినట్లైన సంతసమున
మీ యభీష్టమ్ము కొలది నే మెలఁగుచుందు
లేనియెడ మీకు నాకును లేదు సుఖము.

—: వరరుచి :—

చ. "విను మిదె, నిన్ను నే ననుభవింపఁగ సమ్మతిఁ జూపి నే
మనమునఁ గల్గు నెల్ల యనుమానములన్ గడఁద్రోచి నే
కనువగునట్లె యీవనము నందె వసింతము కాదె నీకుఁ
డ నగరవాసధర్మము లెడందకుఁ బట్టిన దాఁక ప్రీతి నా."

—: కుముదిని :—

శా. "అబ్బా! యెంతటి మాట నాడితిరి కాంతా! మిమ్ముఁ
తబ్బిబ్బయ్యె మనంబు; కాని, జననాథప్రాభవం బేడ ?
బిబ్బోకంబు లివేడ ? యంచు మదిలోఁ బేటాడు మోహా
కుబ్బన్ జెప్పఁగరాక, దాఁచుకొన లేకున్నాను, ధాత్రీశ!

గీ. కొనలుగొని పైకిఁబై కట్టె కొసరిప్రాఁకు
చున్న యీ మోహవల్లిక యుష్మదీయ
బాహువుల లోన మారాకు పైకి నెక్క
నిత్తువో ? ద్రత్తువో ? నీయభీష్ట మనఘ."

ఇ ది

తమోంకూరము.

ప్రత్యూషము.

తృతీయమరీచి.

—: కుముదిని :—

"ఉడుగక యేల చూతు రటు లూరక నా మొగ మందె చుక్క తాఁ
బొడిచెనో; మీర లింతకును బూర్వమె చూచిన స్త్రీల సౌరు నా
కడఁ గననేరరో; యదియుఁ గాని యెడన్ దమయంతి రాచవం
గడమునవారి కింతయుఁ దగన్ దగ నే ననియో; వచింతురా!"

—: వరరుచి :—

"కాంతా! మా మృగజాతి యందునను, నాకంటెన్ సహస్రాంశముల్
కాంతాలోకము నందు రూపగుణశృంగారప్రభావంబులం
దెంతో యెక్కుడు శక్తి నీకె కల దం చే నెంతు; వేయేల? యీ
హింతన్ నీవు వినా మనస్సునకు నింకెవ్వారలున్ నచ్చమిన్."

అది సరిగాని, చూడుము, ప్రియా' నిను నేఁ గనుఁగొన్న యప్డు నీ
హృదయము నందు గాఢముగ నేదియొ యోజన సేయుచున్న యొ
ప్పిదముగ నీవు నాకుఁ గనుపించితి వప్డు గంగఁ గోరి య
య్యది తెలిగాదటం చడుగ నైతిని తెల్పెద వాక్కొ యిప్పుడేన్."

—: కుముదిని :—

సీ. "ఏదో రహస్యమ్ము నెఱిగించు విధముగాఁ
దఱిఁ జేర వచ్చు బంభరము సరసి,
సయ్యాడఁ బిలిచెడి సరణి చుట్టును జుట్టు
కొనుచున్న గాడుపుకూన సరసి,

ప్రత్యూషము.

పద మందుకొన సాఁగు పగిది పై కరుదెంచు
కోనేటి కెరటాల గుముల నరసి,
మాటికిఁ జనుదెంచి మరలిపోయెడు మత్స్య
గండకమ్ముల వాలకమ్ము లరసి,

గీ. యేలొకో వాని కింత నా యెడలఁ గూర్మి
యంచుఁ జింతింప సాఁగిన యంతలోన
వాని యాకృతులే మదిలోన నిలిచి
వాని రూపెత్తి రేకెత్తె మానసంబు

గీ. అట్టు లద్భుత మంది నే నట్టె పార
వశ్యమున మున్గి ప్రమద నిశ్శ్వాసములను
దీయుచుండిన యపుడు నన్ దేరి చూచి,
యేమొ యోజించుచున్నట్టు లెంచినారు.

క. నొక్కకుఁ డట్టుల మఱి మిము
నొక్కిననో? చలము బలమునుం గల దనియా?
యొక్కతెను జేసి;—అయ్యో!
చిక్కితి నమ్మా! యిఁకేమి చేయఁగలుగుదన్.

క. ఇదిగో! చూచితిరా! మీ
రదుమఁగ నిచ్చోటఁ గందె నరయుఁడు సుమన
స్సదృశశరీరల మార్దవ
మది యెల్లెఱుఁగుదురు మోటు లగుమగవారల్.*

గీ. అనుచు నీ రీతి సరసమ్ము లాడుకొనుచు
నొకరి కొక్కరు ప్రేమవల్లికల ప్రాఁకు
లగుచుఁ దదితరజీవితవ్యాపృతులను
మఱచి కాలమ్ము సుఖముగ జఱుపుచుంద్రు.

సీ. ఇట్టులుండ నొకసారి తటుకున దానవుం
డేతెంచి వారల రీతిఁ జూచి,
ఫలసంగ్రహార్థమై వనసీమలకుఁ బోయి
వరరుచి యటలేని తరుణ మందు,
కామరూపి యగుట క్ష్మాపాలు రూపంబుఁ
గైకొని కుముదిని కడకు నేగి,
ప్రియవాక్యములఁ బల్కి, ప్రీతితో ముద్దాడి,
మనువులఁ గ్రోలిచి, మాయచేసి,
గీ. యామె సమ్మోహితఁగఁ జేసి, యచటి కనతి
దూరమున నున్న నిబిడాంధకారపిహిత
దరి నొకటిఁ జేర్చి, రయమునఁ దిరిగి వచ్చి,
కుముదినీరూపమున నింట నమరియుండె.

క. ఫలముల బరువును సతిపై
వలపుబరువు కరము మనము వంపఁగ వడితో
నిలుసేరు వరరుచిని గని
కలికి మొకురుబోయి యూఁతగాఁ గర మీయన్.

క. అతఁ డా కరముఁ గైకొని,
ధృతి దూల శ్రమంబు దోఁప రెపరెపమని క్షుత్
తృషి గొట్టుకాడ మందిర
మతిరయమునఁ జేరె మిన్నుల నాయాసముతోన్.

—: వరరుచి :—

గీ. "కుముదినీ! యేమొ యవిరళశ్రమము దోఁచె
నేఁడు నీ రూపమును గడు వాడినట్లు
కానఁగు నెన్నఁడును లేని కలవరమ్ము
హృదయమునఁ గొట్టుకొనుచున్న దేమొ చెపుమ."

ప్రత్యూషము.

—: కు ము ది ని :—

గీ, "తిరిగి, తిరిగి, వచ్చితిరి కాన శ్రమమైన
యటుల మీకు తోఁచు టది సహజమె;
కాని యింటి కడనె కదలక కూర్చున్న
యేను వాడిపోవు టెంత వింత?

శా. ఏవీ మీ కనుదమ్ము లేవి? కననిం డి ట్లయ్యె, శుష్కించి తే
జోవైకల్యము నొందినట్లు కనుపించున్; మీ ముఖ మ్మేది? య
య్యో! వన్యోర్వి, శరారుజంతువులు మీ కుత్సాహభంగమ్ముగాఁ
ద్రోవన్ రావు కదా? భయంపడఁగుగా? దుర్మార్గసత్త్వాళిచేన్.

గీ. ఎండు, భుజియింపుఁడు, ఫలమ్ము లొండొ రెండొ,
కాని ఫలములఁ దిన్న మాత్రాన మీకు
నీ పరిమ్లానవదనంబు నీ విభీత
లీలయును బోవు ననునాస లేదు నాకు.

గీ. నాథ! సన్మృదుఫలభోజనమున మీకు
శ్రమము దీరిన యటులఁ దోఁచదు మదీయ
చిత్తమున కట్లు విహరించి వత్తమాదు
వలన నించుక విశ్రాంతి కలుగు నేమొ."

క. వరరుచితో వనభూములఁ
జరియింపఁగ వచ్చు నా నిశాటుని గని భూ
చరములు, వాయుచరమ్ములు,
ఘుమనిడఁగా సాఁగె నొల్లఁబాఱె, వెఱపున్.

—: కుముదిని :—

సీ. "పలుకవేమే? బాలపల్లవమ్ముల మెక్కి,
కోయిలా! నీ కూఁత కూలి పోను!
పరువెత్తె దేల? మమ్మరసి నిల్వక యట్లు
హరిణమా! నీ కన్ను లారి పోను!
మొరయవేమే? పూల పొరలలోఁ జొఱఁబాఱి
తుమ్మెదా! నీ గొంతు తునిగి పోను!
తిని కూరుచుండక తెగ పర్వ దేలనే?
వరట! నీ ఱెక్కలు విఱిగి పోను!
గీ. ముక్కు మొగ మెఱుఁగని వానిఁ బోలె నటులఁ
బరువిడెద రేల? పాపిష్ఠపక్షులార!
వల్లభా! చూచితిరె? వాని ప్రల్లదనము
వానిఁబట్టి పాలార్చెడు వారు లేరొ?
గీ. ఇంట లేని సౌఖ్య మిటఁ గాంచ వచ్చితి
మింత పెద్ద యయ్యె నిచటి సౌఖ్య
మీ విహార మింక నింతటఁ జాలించి
యరుగఁ గోరుదాన, నార్యపుత్ర!"
క. ఏదో యనుమానమ్మున,
భూదయితుని మనము బాధ పొందుచునున్నన్
దా దయిత కొనర్చిన మ
ర్యాదావాక్యమున నుండె నటులే మనకే.
సీ. ఒకపండుఁ జేకొని యొకపంట నరయొత్తి,
యోయారముగఁ జేతి కొసఁగుఁ గోఱుకఁ,
జనుముక్కు లెదురొత్తుకొనఁ జేతు లెత్తి యా
శ్లేషంబు గావించుఁ జెలువుఁ గొలువ,

ప్రత్యూషము.

నటునెట్టి, యిటునెట్టి, నటఁజేసి శయ్యకుఁ
దార్చుఁ గాముకలీల దారిఁ దీయ,
మిసిమింతుఁడై, మగఁ డిసుమంత నిమిరింప
విసరు నిఃచుకఁ దాళవృంత మూని,
గీ. తుదకు, మనువులఁ గ్రోల్చి, దైత్యుఁడు స్వరూప
మంది, యాతని సమ్మోహితాత్ముఁ జేసి,
తనను భయదగుహానికేతనమునకును
నీడ్చుకొనిపోవుఁ, బడవేయు, నెగసితన్ను.

—: తమోసురుఁడు. :—

ఉ. “గాఢమదజ్వరమ్మున మెయిఁ గన్నులు గానక, దుర్వివేకపుం
బాధతచే స్వపక్షపరపక్షబలమ్ముల గుర్తెఱుంగ కా
రూఢి నహంకరించి, యిటు రూక్షవిపద్దశ నొందనే కదా
మూఢుఁడ! యింత చేసితివి? పొందెదుగాక యథార్థసౌఖ్యమున్.”
మ. జనసంత్రాసకరున్, దమోసురుని, దోస్సారోద్ధురోద్రేకుఁ గాం
చి, నిరోధించి, జయించి, కీటకమ! రాణింపంగ నాసింతువే?
నిను నీ యన్నను నీ ప్రజానిచయమున్ నీ రాజ్యమున్ గీజ్యమున్
వనరాశిం బడవైతు నడ్డ మిఁక నెవ్వా ర్వత్తురో చూచెదన్.
చ. ఉదుటున నేఁ బరాకు మెయి నున్నపు డెవ్వఁడో నాదు జుంజురుల్
కదలుపఁ జాలె నంచతఁడె గండరగండఁ డటంచు నెంచి, తా
వదరెడునంట లోక; మిటువంటి యపప్రథ నాలకించియున్
వదలెడునే? తమోసురుఁడు వానిని రూపఱఁజేయకుండఁగన్.
సలిపిరి మీరు దిగ్విజయసత్రము సొరుగఁ దమ్ముఁ డన్నయున్
గలసి, నరాలు ద్రెంచుకొని, కత్తులు లేక కటార్లు లేక పే
రలుఁగులు లేక నారసము లైనను నల్లయు నేని లేకయే!
వెలయఁగ మీరుగా వెలుఁగఁ బెట్టిరి దిగ్విజయంబు భూమిలోన్.

[illegible]

తృతీయ మరీచి.

సీ. ఘనతరాహంకారగర్వోద్ధతద్విష
చ్ఛీర్షాస్రసింధువుల్ చిమ్మవలయుఁ!
బరిపంథిరాట్కళేబరశుష్కమస్తిష్క
కర్పరాహార్యముల్ కట్టవలయు!
భూతకోటికి సతమ్మును దదామిషపర్యు
షితఖండపిండముల్ చెందవలయు!
సర్వసర్వంసహాచక్రప్రజావ్రజ
వ్యాకులమ్మై రాటుపడఁగవలయు!

గీ. పూసికొనుటకు మేదస్సు, పొరలియాడఁ
బచ్చితోలిత్తులును, ద్రావ వెచ్చనైన
నెత్తురులు, పున్కలును దూరుపెత్తవలయు
నెట్టులగు దిగ్విజయ మట్టు లెత్తకున్న.

గీ. ఆయుధము లేక ప్రేమచే నఖిలజగతి
గెలిచినారఁట, వీరలు, తెలివి లేని
జనులు కర్మశూరులు వీరె యనుచుఁ బొగడి,
పడెద రజ్ఞానవిషసన్నిపాత మందు.

గీ. బలము లేని "యుక్కుపక్షి"కి శాంతమే,
పౌరుషమ్ము, గౌరవమ్ముఁ దెచ్చు,
బలము గలిగి మిగులఁ బౌరుషవంతుఁడౌ
కర్మఠునకు శాంతికర్మ మేల?

గీ. కర్మశీలునకుం గల ఘనత యెల్లఁ
బౌరుషబలమ్మొ దేహసత్వమ్మొ యనుచు
వీరి నిర్జించి మహి నెల్లవారలకును
దెలియఁ జేసెద జ్ఞానమ్ము కలుగునట్లు.

ప్రత్యూషము.

గీ. హింసయే నాకుఁ దొల్దొల్త యెత్తికోలు
హింసతో సర్వశక్తులు హీనశక్తు
లగుచు, మిగిలిన కలవర మందునుండి
యుదయమగా నొక సర్వతోభ్యుదయశక్తి.

గీ. అపుడు ప్రేమను నిర్జించు విపులశక్తి
నా కొదవు, దాని గ్రహియించి లోకమునకు
భీతియో ? ప్రీతియో ? యేదో విజయశక్తి,
తెలియఁజేసి యజ్ఞానమ్ము తొలఁగఁ ద్రోతు.

శా. హింసాకర్మముతోఁ గొనంగొని జగం బేడాటలాడింప నా
శంసించెన్ దనుజేంద్రుఁ డక్కట తన మూర్ఛాజాడ్యవిక్లిష్టధీ
సంసక్తుండయి, శాంబరీవిపదపస్మారంబునం బార్థివో
త్తంసుం డున్నెడ వానిఁ బ్రప్రథమవధ్యవ్యక్తిగా నెంచుచున్.

క. స్వీయం బగు హింసావ్యవ
సాయం బతిఘోరరాక్షసప్రతికృతిగా
హేయం బగు క్రియ దానిన్
జేయఁగ నూహించి, కుముదినిన్ జేరఁజనెన్.

గీ. ఎవనిఁ బ్రాణమ్ముగా జనుఁ డెంచుకొనునో ?
యెవని నెడఁబాయఁ జాలక యెడఁగొనునో ?
వానినే వాని యెదుటనే వధ యొనర్చి
నపుడు ఘోరాకృతిని దాల్చు నట్టి హింస.

గీ. ఈ తరుణి ప్రేమచేనుండు నితని యెడల;
నీమె యెదుటనె వీని వధించి, యీమె
యేడ్చుచుండఁగఁ గనులార నేను గాంతు
నంచుఁ గుముదిని సలిపె మూర్ఛాపగతఁగ.

గీ. ఆమె మేల్కాని చుట్టు భయమ్ము గొలుపు
తతతమిస్రనిశాంతపథా దరిని, దాని
యందు మూర్ఛిల్లి పడియున్న యాత్మవిభుని,
గాంచి, భయమొంది, క్రమ్మఱఁ గనియె మూర్ఛ.

—: తమోసురుఁడు. :—

శా. "పోవే! ముద్దులగుమ్మ! యెంత సరిగాఁ బోషించినావే? రసం
బీ విద్యల్ మఱి యెందు నేర్చితివె? లేవే! లేచి, యాలింపఁగా
నీవే, యింకొక సారి రమ్యమగు నీ యేడ్పిట్లు కా దీమె మూ
ర్ఛావిభ్రాంతిని దీర్తునే? యటు లొనర్పఁగా గూడ దేలా యనన్.

గీ. రమణి నీక్షించు నంత మాత్రమున వెఱచి
మొల్లబోయె నలందురి యువిద, కాన
మోసమున నేను వరరుచి వేసమూని
కొంచె మీమెకు మాల్మిఁ గల్గించువాఁడ.

గీ. అతివ యనురాగరక్తయైనపుడు చేయ
ననుమతించిన దుష్టకార్యమ్ము, తనకె
ప్రతిహితమ్ముగఁ బరిణమింపఁగఁ జూచి,
కుందుగాక! ప్రచండార్తిఁ బొందుగాక!"

గీ. అనుచు వరరుచి యాకృతి నవతరించి
సలిపెఁ గుముదిని విగతమూర్ఛగ నసురుఁడు.
తెప్పిరిలి లేచి, కన్నులు విప్పి చూచె
వనిత వరరుచి రెండు రూపముల నెదుట.

ప్రత్యూషము.

—: కుముదిని. :—

చ. "అరయఁగ రెండు రూపుల మదాత్మవిభుం డిట గోచరించు, నా
వరరుచి యెవ్వఁడో? యయిన వచ్చెడు వాని గదల్తు; వల్లభా
గిరిగుహ లేల చేఁటితిమి? క్రీడకునై తలిమంబుఁ జేరి ని
ద్దుర చనుదేర నా మఱపు తోడనె మిమ్మును విస్మరించితిన్.

చ. సరి సరి కాని, యల్లచటఁ జాఁప వలెన్ బడియున్నవాఁడు మీ
సరి యగు నాకృతిం బడసి, చక్కఁదనంబును దీరు నొక్కటై
పరగుచు నున్న వాఁ డహహా! వాఁ డెవఁ డెట్టుల వచ్చె నీడ క
చ్చెరు వగుచున్న దన్నియును, చిత్రములై కనుపట్టు నియ్యెడన్

—: మాయావరరుచి. :—

క. "కనులం బడకుండుట కుం
చిన దానినె యడిగి తీవు చెలియా! యతఁడే
జనకంటకుఁడైన తమో
దనుజుం డక్కఁ దెచ్చె మనల దరి కెట్లెట్లో.

క. నా వేష మూని నిన్నును
నీ వేషము నూని నన్ను నెఱిఁ దోడ్కొంచున్
దా వీతెంచెన్ దన్మా
యావాగుర మందుఁ జిక్క నట్టిరు గలరే?

గీ. నిను హరించు టెఱిఁగి, నిను గ్రహింపఁ దలంచి,
వాని మాయఁ దెలిసి, వంచితుండ
నటుల నేను గూడ నటియించితిని గాని
వంచితుండె? సటకు వరరుచియును."

తృతీయవీచి.

—: కుముదిని. :—

క. "ఎంతటి దుర్మార్గుం డా
హంతకుఁ డా కుటిలదైత్యుఁ డంతటి ప్రజ్ఞా
వంతులు మీరలు గనుకనె
యింతటితో నైన గట్టు నెక్కితిమి ప్రియా !

క. ఎట్టి యిక్కట్టులఁ బెట్టెనో ?
కట్టిఁడి క్రవ్యాదుఁ డింకఁ గదలక యిటనే
పుట్టిన మన నేము లేర్చునో
నట్టాసఁ జేరుదము రండు నెలవుల కనినన్."

క. ఏ నొడ బూమెలు వలుకని
యీనాడుకొ క్రవ్యాదుఁ డనుచు నిక్కట్టులని యే
మో నడుచుట భ్రమరకీట
న్యాయముగా నేను స్వాంత మం దనుకొంటిన్.

—: మాయావరరుచి. :—

క. "వనిత యుదంతం బేలా ?
వనితా ! సంబరపుల మఱచి వచ్చితి ద్వార
మ్మున్నఁ బోయి తెమ్మన్న వానిని
మన మింకన్ సద్మమునకు మరలుద మనినన్."

క. చని యామె పావుకోళ్ళను
గొని తెచ్చెడి లోన లేచి కుటిలుండగు న
ద్దనుజుఁడు వరరుచి కడ కొ
య్యనఁ జని తత్పార్శ్వపదము నధ్యాసించెన్.

ప్రత్యూషము.

గీ. సంబవ్రుల తోడ నరుదెంచి సంబరమున
వరరుచి కళేబరమ్ము పార్శ్వమునఁ గడఁకఁ
గూరుచున్న మనోహరుఁ గుముదిని కని
భయము నక్కజమును మదిఁ బాయవెట్ట.

—: కుముదిని. :—

క. "జనకంటకుఁ డైన తమో
దనుజుం డితఁడే యటంచుఁ దామే గద చె
ప్పిన వారు భయము లేకా
దనుజు కడనె చేరి యెట్లు తాఁకెద రయ్యో

గీ. ఆర్యపుత్త్ర! హృదంతర మ్మబ్ధి వోలెఁ
బొంగి, భయమునఁ జెలరేఁగి, పొరలుచుండె
గరుణ నన్ జూచి యైన నా సరసఁ జేరి,
పగులనున్నట్టి నా గుండె పట్టుకొనరె?"

—: దనుజుఁడు. :—

గీ. "ఎంత చెప్పిన నాడువా రింత వారె
భయపడకు మీవు ప్రేయసీ! భయముపడక
మనల నింతలు జేసిన దనుజు నిటుల
నూరకయె వీడి, చన మన కుచితమగునె?

గీ. వీని కుచితసత్కారమ్ము నే నొనర్తు
నీవు చూచుచు నట్టులే నిలువఁ బడుము
మనల నిటు లేర్చి నట్టి యీ దనుజు నొడల
నీకుఁ బ్రియమగు నట్లు తుండింతుఁ జూడు.

—: కుముదిని. :—

క. "వినవైతిరి నా మనవిని
యనఘా! దనుజుండొ యెవ్వఁ డైనను గానిం
డొనరఁగ మీ రూపమునన్
దనరెడు వీనిన్ వధింప నా కశుభంబా."

క. "వెఱవకు" మని యాతని పఱి
పఱి సేయఁగ నుద్యమించు భంగిని దైత్యుం
డొరదూసి వాలుఁ దీసినఁ
దెఱగన్నులఁ గప్పుకొనియెఁ దెఱవయు నంతన్.

గీ. తెప్పిరిలి లేచి, కన్నులు విప్పి, కలికి
యరయు సరి కయ్యయో! దానవాధముండు
పూర్ణతేజోన్వితంబయి పొసరుచున్న
వరరుచిం బట్టి తినుచుండెఁ గఱచి కఱచి.

—: కుముదిని. :—

గీ. "ఇది మనోహరువదనమా? యిటుల మారు
చున్న దేలొకో? లేక నా కన్నులేని
చులుకచేసెడినా? కాదు, చూడఁ జూడ
వికటమై, వికృతమయి, హా! భీతి గొలుపు.

గీ. నాథ! అయ్యయ్యొ! యేటి యన్యాయ మిద్ది
రాక్షసుల కన్న దుర్మార్గులే? క్షితీంద్రు,
లసురలను మింతురే? భీకరాకృతులను,
ఆఁ! అఁ! ఆఁ! ఆఁ! యిదేమి? యిట్లయ్యెఁ బ్రియుఁడు.

గీ. క్రకచములు గావు; భయదదంష్ట్రికలధార;—
వైరవులు గావు; వెడబాకనోరి నురువు;—
శూలములు గావు; నిశితదృగ్జాలకములు;—
వరరుచి మొగమ్మొ ? యిది నిశాచరుని దగమ్మొ !

గీ. క్రిందఁ బడియున్న వాని మూర్తి యిసుమంత
యైన మారదు, నా మనోహరుఁ డతండె,
యింతవరకును నా తోడ నిచ్చకముల
నాడిన యతండె యీ దానవాధముండు.

గీ. హింసఁ గనలేదు శీతమృగేక్షణాలు నృ
శంసముగఁ జూతు రె ట్లభిశంసనమ్ము ?
నింక మూర్ఛితుఁ బ్రియుని గట్టబడుట దనుజుఁ
డారగింపంగఁ జూచు నె ట్లంబుజాక్షి ?

గీ. వికటహాస మొనర్చుచు, వెఱ్ఱినవ్వు
నగుచు మాటిమాటికి వాఁడు మొగము నెత్తి,
కుముదినిఁ గచ్చకాయల గ్రుడ్ల తోడ
మిటకరించుచు వరరుచిఁ మెసవుచుండె.

గీ. అల్లుకొనె నేరి బ్రదుకుతో నామె బ్రతుకు ?
ప్రణయమున నేరితో నేయఁబడిన దామె ?
వాని రూపమ్ముఁ బెటికివైవంగ సాఁగ
వనిత హృత్కవాటంబును వ్రచ్చియతఁడు.

—: కు ము ది ని :—

క. "సుకుమారుం డన్నా! కాలు
కకు ముట్టులఁ బల్లు దాఁకి కాఁట్పడు నేమో
సుకుమారపుష్పముల ము
ట్టుకొనంగానైనఁ గందెడుఁ బ్రియుఁ డనఘా!

౧. కడుపా, నిండదు; తీర దాకలియు; నా కాంతుఁ భుజింపంగ నో
చెడుగా! నీ కేటు బుద్ధిపుట్టె? నిటు హింసింపంగ నే తెవ్వరిఁ
బుడమిం గానవొ? మమ్ము వేర్పఱచి సమ్మోదింప నీ కేల? తా
మెడబా టోర్వఁగ నేర్తురే సతులు? లెమ్మా! వీడువిూ! నా పతిన్"

—: తమోసురుఁడు :—

క. "ధ్వని యేల చేసె దూరక
కనకాంగీ? యెద్దు పుండు కాకికి ముద్దా?
నిను సొగియింపఁగఁ జేయఁగ
నను నే బాధించుకొందునా? వ్యర్థముగన్.

క. పతి పోయెడునే, యనుకొని
కుతిలపడకు మందుకొఱకు క్రూరుఁడనే? నే
సతిఁ బతి విడఁదీసెదనే?
హితముగ నేకముగఁ దిందు నేడ్వకు చెలియా!

క. విడఁ గొట్టుట, విడఁదీయుట,
విడనాడుట, యిట్టి విషమవృత్తము లరుణుఁ
బడసిన మీ ధర యెఱుఁగును;
ముడివెట్టుటె యెఱుఁగు నాదు భూమీతలముల్.

క. మీది మహా స్తత్త్వము మఱి
నాది తమ స్తత్త్వ మేను నటియించెదు చో
భేదములు పక్షపాతము
లే దెసఁ గనఁబడవు తనుకు నేకత్వంబే!

గీ. ఐక్యమే కాని, తారతమ్యంబు లేదు
సామ్యమే కాని, లేదు వైషమ్య మెంద
భిన్నతయె కాని, భిన్నతావృత్తి లేదు
సర్వశక్తుల మించిన శక్తి నాది.

ప్రత్యూషము.

మ. వెలుఁ గంచున్ వచియించి, వస్తువులకున్ వేర్వేఱు రూపంబులన్
కలుగన్ జేసి పరస్పరప్రకృతిభిన్నత్వంబు గల్పించి, చె
ట్టులకున్ బుట్టలకున్ మనుష్యులకుఁ డాటోటైన భేదంబు మి
క్కిలి సృష్టించి, యనేకఖండములుగాఁ గీలార్తు సత్తత్వమున్.

మ. సకలస్థావరజంగమాత్మకజగచ్చక్రంబు నందుండుఁ దా
నొకటే వర్ణము నొక్కటే పృథుగుణ మ్మొండే మహావిగ్రహం
గకమై యొప్పి, యగోచరమ్మయి, యభిన్నత్వంబు చేకూడి, ని
శ్శకలంబై, యతిగూఢవైఖరిని మత్సామ్రాజ్య మొప్పున్ మహిన్.

చ. ఇరిదిగ గాఢమై యతిశయించితి నేనియుఁ జెట్లుపుట్టలున్
గిరులు, గుహాంతరంబులు, స్వకీయగుణాకృతులెల్లఁ బాసి, దం
తురమగు నేకరూపమయి దూపటిలున్ బరమాణువుల్ గిరుల్
సరిగ నగున్ సమస్తమున సామ్యము గన్పడు నాదు శక్తిచేన్.

చ. సనుములు గాని వస్తువు లజస్రసమంబులు గాఁగఁ జేయు స
త్వము; విషమంబులై కొఱలు వస్తునికాయము తోడ నిండి, స
త్యములును సత్యదూరములు నైన గుణమ్ముల వ్యాప్తమౌ ప్రపం
చమును సమంబుగా సలుపు శక్తియు నాకె యొసంగుఁ దోరమై.

గీ. సూక్ష్మముల నేకముగఁ జేసి స్థూలశక్తి
స్థూలరూపమ్ము గల్పించి చూపఁగలను
స్థూలమును భిన్నములు చేసి సూక్ష్మములను
సూక్ష్మసూక్ష్మమ్ము లరుణుండు చూపఁగలఁడు.

గీ. కలుపుటే కాని విడఁదీయఁగల బలమ్ము
నాకు లేదట్టి స్థితిలోన నేకమైన
మిమ్ము విడదీసి నే సంతసమ్ము నొందు
టసహజమ్మైన విషయ మో బిసరుహాక్షి!"

—: కుముదిని :—

ఉ. "నానాంహోవిసరాత్మ! యెట్లడుగుకొన్నఁ నాథు గీర్తించుటఁ
మానఁజాలవో? నిరాకారమగు దాంపత్యంబునఁ దేలు మ
మ్మే నాయమ్ముచేఁ గొంచుఁ దెచ్చి యిటు పేర్గ్గింప మేకొందువో
యేనో హీనముగాఁ జెలంగు మిథునం బీక్షింపఁ గన్నోర్చదే."

—: తమోసురుఁడు :—

గీ. "ప్రేమ గాదు వసుంధరావిజయమునకుఁ
బృథులశక్తి వివేచితహింస కాని
యనెడి సూత్రమ్ము జగతిలో వ్యాప్తి సేయ
నరుణునకు నేఁ బ్రతిద్వంద్వి నైతి సూవె.

క. మాంసాహారం బైనను
హింసాకర్మం బె యైన నేమియు దోషా
శంసనములు గా వసురుల
సాంసారికనీతి సూత్రసామాన్యంబుల్

గీ. హింసయే నీతిసాధన మెల్ల కార్య
ములకు, నైనఁ దమోసురకులము నందుఁ
బక్షపాతమ్ము జూపు టెప్పట్ల లేదు
తనియ నెల్లర సమవృత్తిఁ గనుట తప్పు.

గీ. అసలు వేర్వేఱుగాఁ జేయు టనెడి నేర్పు
నాకు లేదేను నేర్వని న్యాయమునకు
హృదయమునఁ గుంది, నన్నిట్లు హెచ్చరించి,
పల్మఱుఁ దిట్టిపోయుట పాడి గాదు."

ప్రత్యూషము.

చ. అని యిటు దీనయై పనవు నా సతి పల్కుల గీటుబుచ్చి; క్ర
న్ననఁ గబళింప సాఁగె జననాథు కళేబర మంతనంత న
వ్వనరుహనేత్ర దైత్యుఁడు కృపారహితంబుగఁ జేయుచున్న యా
ఘనతరఘోరచిత్రవధఁ గాంచఁగనేరక మూర్ఛలెన్ ధరన్.

చ. అట నరుణుండు స్వీయవలయార్థమునం గల ధాత్రి నెల్లఁ బ
ర్యటన మొనర్చి వచ్చి, యనుజాత్తమహీవలయంబునందు దూ
షటిలిన యట్లుగా నపరిపాలితచిహ్నము లెన్నొ తోఁప న
చ్చటఁ గల పౌరసంతతి విచారణఁ జేసి యెఱింగె నంతయున్.

చ. అనుజుఁడు పోయినాఁడఁట విహారముసేసెడి వేడ్క నెన్నఁడో;
జను లది యాదిగా నతని జాడ యెఱుంగక దైత్య భీతిచే
ననయము గుందు వారఁట; గృహమ్ముల నుండియు వారి కేమియున్
మనసుల లోన సంభ్రమము మాలి తలంకుదురంట బిట్టుగన్.

సీ. పదునాల్గు సారులు పరిచారకులఁ బంచి
వెదకించి, వేసారి, పిదపఁ దానె
కదలి, సహోదరు పదముల జాడ నా
రసి, యేగి చూచె సరస్సు చెంతఁ
గుముదినీవల్లీగృహము, దాని పొంతఁ బెక్
రక్కసి యడుగుల నొక్క వరుస,
వాని ననుసరించి, పఱతెంచి, యరసె భూ
ధరదరీముఖము తద్దరిని జొచ్చి,

గీ. యంధకారజీమూతమ్ము లవల నవలఁ
ద్రోచికొని గుహా గర్భమ్ము దూఱి కాంచె
మూర్ధమాత్రావశిష్టుఁడౌ ముద్దుతమ్ము
సవిధ రోదిష్యమాణయా యువిద యొకతె.

—: కుముదిని. :—

గీ. "నన్ను రక్షింప వచ్చిన మన్నెఱేఁడ!
ఓ దయానిధి! మీరెవ్వరో యెఱుంగ
నరుణ్కుఁ డను సోదరుఁడు కలఁ డని ప్రియుండు
పలుకు, మీరె వా రనుకొందు వెలుఁగు గాంచి.

గీ. అతఁడు నా నాథుఁ డతనిఁ దమోసురుండు
తేపతేపకు భక్షించి, త్రేఁచుచుండె
నిదియ కడపటి సారి తా హింసజేసి
తలను సైతము గబళించు నిలువనీఁడు.

క. ఆతఁడు గహనమునకుఁ జనె
నేతెంచెడి వేళ యయ్యె నిటనే యున్నన్
మేఁత యొనర్చుకొనున్ నృప!
మీ తనువున్ గూడ నెఱచిమేఁతరి ప్రీతిన్.

క. నాదగు వృత్తాంతం బటు
మీఁదట నెఱిఁగింతు దేవ! మీర లుపాయం
బేది ననుం గాపాడుఁడు
లేదే నిఁక నేను గూడ లేనల్లె నృపా!"

గీ. అంచుఁ గుముదిని భయపడు నంత లోనఁ
జిమ్మచీఁకట్లు దెసలెల్లఁ గ్రమ్ముకొనఁగ
నరుగుదెంచె మహాట్టహాసాళి తోడ
నాకలికిఁ దాళలేక తమోసురుండు.

క. చనుదెంచి, కనియె నచటన్
దనుజేంద్రుఁడు పార్థివేంద్రుఁ దక్షుణ మాతం
డును హుంకరించి, పైఁబడ
సునిశితకరవాలచలనశోభితకరుఁడై.

ప్రత్యూషము.

గీ. క్ష్వేడ నొనరించి యరుణుండు క్షిప్రగతిని
నొక్కచే దైత్య కంఠంబు నొక్కిపట్టి,
యొక్కచే విశసింప నుద్యుక్తుఁడైన
నసురుఁ డద్దాన మిగుల భయంబు నొందె.

—: తమోసురుఁడు. :—

గీ. "అరుణ ! నీ సోదరుండు నా కళన మయ్యె
కక్షచేఁ గోపమునఁ గన్నుఁ గాన కీవు
నన్ను జంపి నీ సోదరున్ జంపుకొందు
వెఱుఁగుదు నతండు బ్రదికెడు తెఱఁగు నేను."

—: కుముదిని. :—

గీ. "నడచు నడతలు వట్టి యన్యాయగతులు;
పలుకు పలుకులు పచ్చి యబద్ధములును,
చేయు చేఁతలు మిగులఁ గుచ్చితము; లిట్టి
చెడుఁగు వాక్యమ్ములను విశ్వసింపరాదు."

క. వారి ~~రూపమున~~ నన్నును
నా రూపము తోడ వారి నగుహాకున్ మా
యారూఢిఁ దెచ్చి యీ గతిఁ
గాఱియవెట్టెడిని వేగ ఖండింపుఁడసిన్.

శా. ప్రముచ్చా ! వచ్చిన వాఁడు తా నరుణుఁ, డే రూపమ్ము గైకొన్న నీ
మచ్చున్ మాపి శివమ్ము సాధులకు సంపాదించు, నీ వెట్టి క్రొ
న్నొచ్చెంబుల్ తలపెట్టితేనిఁ దలపండున్ గ్రొచ్చి నీ వక్షమున్
వ్రచ్చున్ గ్రుచ్చునుగాక నీ నుడువులన్ బాటించు నంచెంచితే?"

—: తమోసురుఁడు. :—

శా. "ఈ హస్తంబిటు నా మెడన్ దిరుగఁగా నీకున్నదే కాని న
న్నీహాస్యోక్తులతోడ నుల్లసన మి ట్లెవ్వారు కల్పించుచున్
వ్యాహారింతురొ ? కాంచఁగాఁ దలఁతు; నబ్బా ! యించుకంతబ్బె; నీ
వా! హీ! హీ! కుముదాంగనా! తెలిసె నాహా! నీ కనుల్ చూచినన్.

శా. పోనిం డెందుకు విశ్వసించెదరు? నా మూలమ్మునన్ మీర లే
లా ! నిష్కారణబాధ నొందెద రిఁ కేలాగైన మీ చేతులన్
బోనే పోవును, ప్రాణ ముదులకు నెప్పుడైన్ జింత యింతేని డెం
దానన్ లేను కృపాలు దుర్గతికి సంతాపించెదన్ బిట్టుగన్.

క. చెడిపోవువారి కేలా
నుడువఁగ సద్వాక్యములను ? నో ర్వాకయా ?
మడియింపుఁ డరుణ ! వైశమ,
పడె నరుణుఁడు గూడ స్త్రీలవాక్యంబుల చేన్."

—: అరుణుఁడు. :—

గీ. "అనుజుఁడింకను బ్రదికెడు నట్టి తెరవుఁ
దెలిపెద నటంచు దనుజుండు బలుకువాఁడు;
చెప్పునది విని మన కది చెల్లదేని
నువిద ! యప్పుడె చంపుద మూరకుండు.

క. జను లందఱుఁ దల్లడపడ
చిన నీ ఘోరాకృతిని నశింపఁగఁ జేయన్
జనుదేర నిట్టు లైతివి
దనుజా ! చెప్పు మింక చెప్పఁ దలఁచిన దేమో !

క. టాటోటులఁ దలపెట్టి ని
శాటా! మోసంపుఁ బనులు సల్పెదు సుమ్మా!
తూటాడెద, వెన్వెంటనె
వేఁటాడెదఁ జిక్క కెందు వెడలితివేనిన్.

—: తమోసురుఁడు. :—

గీ. "ఇన్ని గొడవలు నాకింక నేల? వలదు;
చావ సంసిద్ధుఁడను, వేగఁ జంపుఁ డయ్య!
కాక నా సాయ మెటులేని మీకు వలయు
నెడల నేఁ జెప్పినట్టుల నడచుకొనుఁడు."

గీ. అన్యమార్గమేది యరయక యరుణుండు
సమ్మతించె నట్టి సరణిఁ జేయ
నంత దానవుండు సంతోషమున లేచి
యచట నొక్క రాతి నధివసించె.

—: తమోసురుఁడు. :—

గీ. "ప్రతినిధివి నీవు శాంతికిఁ బ్రణయమునకుఁ
బ్రతినిధిని నేను హింసకుఁ గ్రౌర్యమునకు
నెవరి శక్తి ధరిత్రి జయించునో యని
మీకు నభియాత్రినై యిట్లు మెలఁగినాఁడ.

క. మీది మహాశ్శక్తియుఁ, మఱి
నాది తమశ్శక్తి; మీరు నను నే మిమ్మున్
గా దనుట కెట్టి వీలును
లే దేన్ లేకున్నఁ బ్రజ్వలింపరు మీరున్.

గీ. నేను మీ రానుకొనుటకుఁ బూనికైన
దిటవుగా నిల్చి వెల్గింతు స్ఫుటముగాను
మీ యశమ్మును న న్యాయఁ ద్రోయఁ బూనఁ
దళుకెడలి మీకు వట్టి నిర్మలత మిగులు.

గీ. నాది సాఁబాలుగా భువనమ్మునందు
మీది సాఁబాలుగా నౌట మీకు నాకుఁ
దగిన సంబంధమును గూర్పఁ దగినవాఁడు
మీ సహోదరుఁ డై యేఁపు మిగులవలయు.

గీ. భువనమునఁ గల్గు నెల్ల వస్తువులు మనకు
నిర్వ్వరకె చెందుఁ గావున నింతనుండి
వస్తువున కుండు మొదటి యావరణ మేను
రెండవది మీరుగా నొప్పుచుండవలయు.

గీ. మీరు వస్తువునకుఁ జాల దూరముగను
నున్న నేనును దవ్వుగా నుండుఁగాని
యాసగొని మీరు దగ్గఱ కరుగుదెంచి
నటు లయిన నేను దగ్గఱ కరుగుదెంతు.

క. నా యంశములో సగమును
మీ యంశము సగము బడసి మీ సోదరుఁడే
యీ యిరుబలఁగము లొకటిగఁ
జేయఁగఁ గత మౌను గాక క్షేమంకరుఁడై.

క. ఈ నా చెప్పిన పలుకుల
మానుగ నురరీకరించి మన్నించినచో
నే నెఱిఁగించెదఁ బిదప న
నూనరహస్యాద్భుతంపు నుడువుల మీకున్."

ప్రత్యూషము.

గీ. అరుణుఁ డూఁకరించె నయ్యసురు పలుకుఁ
బ్రక్క నిది యేమి తెలియక వగచుచున్న
తరుణి యాశ్చర్యమున మున్గి యరయుచుండ
దితిజుఁ డద్భుతవిషయముల్ దెలిపె నిటుల.

సీ. నేను భుజించిన నిర్మలాకృతి నీదు
సోదరు దేహమ్ము గాదు సుమ్ము,
తన పరిభాసితధన్యతేజంబు నే
దింటి నంతియె యదే దివ్యమూర్తి
దానిం ద్వదీయని స్తంద్రార్ద్ర తేజఃపు
నఃపూరితముగ నొనర్చితేని,
మరల జీవించు నమ్మాన్యుండు గానఁ గా
వించి యట్టుల బ్రదికించుకొనుము

గీ. మఱియుఁ గల దొక్క సంగతి మనినయంతఁ
బ్రతిచతుర్దశనియతపర్యాయములను
నేను గ్రమముగఁ దిన వెండి దాని నీవు
పూర్ణ తేజంబు నిండించి పొదుగవలయు.

గీ. అవ్యయ మనంత మతివేల మతుల మచల
మయిన తేజంబు గాన నత్యధిక మగుచు
నిచ్చిన కొలంది నెసకమై యెదుగుచుండుఁ
దఱుఁగు నొరుగును గలుగదు దాని కెపుడు.

గీ. ఇటులఁ బదునాల్గు సారుల నెనసి పట్టి
నేను దిన నవ్యతేజంబు నీ వొసంగ
నతఁడు తఱిమెనఁ బెట్టిన రతనము వలె
నిత్యయౌవనపుష్టి రాణించుచుండు.

ఉ. ఈతని జీవిత మ్మెటు కృశించు మదద్భుతతామసంబుచే
నీతని జీవిత మ్మెటు రహించుఁ ద్వదద్భుతతైజసంబుచే
బ్రాతిగ నాకు నీకు బలవన్మహిమాతిశయంబు లింబుగా
నీతని యందె కూడి కలహించును గాక జిగీష తోడుతన్.

మ. అటులన్ బల్కి నిశాచరుండు నృపు డాయంబోయి మూర్ధ్నాభిను
ద్భుటమంత్రాళిఁ బఠింప నాతని శిరోభాగంబుపైఁ గొంతసే
పటికిన్ గన్పడెఁ గృష్ణవర్ణ పటలప్రచ్ఛన్నకాయంబు ది
క్తటముల్ తేజమునించు నాశిరముక్రిందన్ గాళిమన్ గ్రోలుచున్.

గీ. అస్ఫుటాకారరేఖా సమంచితమ్ము
నూర్మికాసన్నిభశ్యామశోభితమ్ము
నస్తినాస్తిదృశ్యాదృశ్యసానుమాన
మై శిరఃపరిశిష్టాంగ మతని కొదవె.

ఉ. ఆవసుధేశుఁ డంతఁ దన యద్భుతతేజ మొసంగినన్ బున
ర్జీవితుఁడై నిశాచరుఁడు చెంతఁ బఠించుచునుండ మంత్రముల్,
భావము లెల్ల వారలకు భ్రాంతులఁ గూర్పఁగ మంత్రపుత్రికా
వ్యావృతి లేచి నిల్వఁబడె నాతని సోదరుఁ డక్కజంబుగన్.

గీ. అంత దనుజుండు నిజగుహాభ్యంతరమున
కరిగి కమలిని యనునొక్క తరుణిఁ దెచ్చి,
యరుణు చేతికి నాయమ నప్పగించి,
వినయవినమితాననుఁడౌచు ననియె నిట్లు.

—: తమోసురుఁడు :—

గీ. "ఈమె కాసారరాజనుహిత హితంబు
దనరఁ దెచ్చితిఁ దడవుల వెనుక దీని
నాదరంబునఁ జేకొని నాదు బంధు
నిచయ మైయుండి నన్ను మన్నింపుఁడయ్య."

ప్రత్యూషము.

గీ. దనుజుఁ డంత నేగెఁ దరుణి నాతని కిట్లు
కాను కొసఁగి యిచ్చ యైన గతిని
కమలినియును నరుణుఁ డమలానురాగముఁ
నొక్క రొకరి మీఁద నుచ్చుకొనిరి.

ఇది

మహాస్తమస్సంఘర్షణము.

ప్రత్యూషము.

చతుర్థమరీచి.

క. కమలినితో నరుణుండును,
గుముదినితో వరరుచియును గూడి విలాస
ప్రమదము నొందుచు నుండఁగఁ
గ్రమముగ రవరవలు వొడమె రజనికి మదిలోన్.

—: రజని :—

శా. "అక్కా! రానగు నొక్కమా టిదిగో! యుద్యానంబు నందింకఁ బూ
వొక్కండున్ మిగులంగనీయవఁటె! పుష్పోపార్జనోద్యోగ మిం
కెక్కాలంబున కక్కరే యొదవ నట్టీ వేళనే తీర్తువే ?
చిక్కే! త్వాదృశభామినిన్ గలసి భాషింపంగ నేతెంచినన్."

—: సుజని :—

శా. "చెల్లీ! నీ వఁటె! రావె, రావె! యివె యీ చిన్నారిపొన్నారులా
వల్లీచేటికలున్ నినుం బిలుచు మా వాక్యంబు లందంతగా
మొల్లంపుందమి లేనిచోఁ గమలకై పుష్పంబు లర్పించు నీ
మల్లీవల్లిక ప్రార్థనమ్ము లయినన్ మన్నించి పోరావటో!

ఉ. గుర్విణి యైన మా కమలకున్ మనసయ్యె రహించు మల్లెలున్
మర్వముఁ బెట్టుకోఁగ; సుమనస్సముదాయము నీవు సైతమున్
జెర్వఁగ రమ్ము; హర్మ్యమును జేరిన పిమ్మట సంతసమ్ముతో
నిర్వుర మామెకున్ దుఱిమి, యిష్టము దీర్తము రమ్ము సోదరీ!"

—: ర జ ని :—

ఉ. "సిగ్గిఁకఁ జాలుఁ జాలు, మఱి చెప్పకు మిట్టి యలంతి మాట నా
దగ్గఱఁ బల్కినన్ బలుకు దానవు గాని, యిఁకేడఁ జెప్పి పే
రగ్గము గాకు హాస్యమున కయ్యయొ! యెంతటి బేలవే? పువుల్
మొగ్గలు ధారవోసికొని ముండ్లెవరేన్ గొని తెచ్చుకొందురే?

ఉ. మగ్గిన పండుపైఁ జిలుక మాదిరి నెక్కడ దాఁపరించెనో
బొగ్గులతల్లి, బొగ్గ యయిపోయె మనోహరుఁ డిట్టి సౌఖ్యపున్
గగ్గులకాళులన్ గొలువఁ గౌతుక మందిన నిన్నుఁ బట్టఁగాఁ
బగ్గము లైనఁ గాననెట, బాపురె! పుష్పములా? సపత్నికిన్.

గీ. ఎగ్గతమ్మున మాటాడ నేగుదెంచి,
యెంత పిలిచినఁ బలుకవే! యెమ్మెలాఁడి!
సవతి పూజకు సంభారసంచయమ్ము
నేటు నీ కెట్లు నాపిలు పెక్కుఁ జెవికి?"

—: సు జ ని :—

ఉ. చెల్లెల! యేమొ వింతగ వచించెదు వారలు మాత్ర మెన్నఁడే
నుల్లము లందునన్ దలఁచియుండిరె? యి ట్లగునంచుఁ, గ్రూరుఁడై
క్షుల్లకదైత్యుఁ డాయకను గూడ హరించిననాఁడు భర్తతో
నె ల్లలి నేడ్చిపోయినదొ? యింటనె కున్కుచు నీవు చూచితే?

—: ర జ ని :—

ఉ. "ఏడ్చెనొ? నవ్వెనో? దవుల నీవెటు గాంచితి నేను నట్టులే!
యీడ్చుచుఁ నూడ్చుచున్ దనుజుఁ డేర్చినఁ బేర్చిన నేమి చేసినన్
గాడ్చునినట్టివాఁడు పతిగాని, నెలంతుక గాదు, నా యెదన్
మాడ్చిన దీమె; యే మనిన నాకె గదా! ఫల మబ్బె నుబ్బగన్

వ. కుముదిని నాఁకు సౌఖ్యమునకుఁ బెనుశైలము భాతి నడ్డుగా
సమకొనియున్న; దీ చెడుగుచాన కుఱంగట కేగకున్న నా
రమణుఁడు గూడఁ జక్కఁగనె క్రాలెడి శోభనమూర్తి గాదె? నా
కమనున కిట్లు కావలయుకర్మ మదెక్కడి దీమె గానిచోఁ."

—: సు జ ని :—

ఉ. "నీ మగఁ డట్లుగాఁ గుముదినీసతియే కతమంచుఁ దేల్చినా
వో మహిళాలలామ! పరయుగ్మలిఁ గూడుటె దుఃఖకారణ
మ్మై, మఱి నిన్ను వీడుకొన కట్టులె నీ కడనే వసించుచో
నీ మెయి సిల్గు లెవ్వరికి నేర్పడకుండెడి వంచుఁ బల్కెదో?

గీ. నా విభుండును గొనితెచ్చె నాతి నొకతెఁ
గాని గఱిగొఱ లేదు సౌఖ్యమున నాకు
సుఖమె వెదకుచుఁ బ్రకృతిని జూచితేని
సుఖమె కనఁబడు వస్తువస్తువులయందు.

గీ. ప్రకృతిసుందరరూపమ్ము ప్రతిమనుజుని
మానసాదర్శమందునఁ గానఁబడును;
అతని స్వాంతమ్ము నిర్మలమైన యెడల
నిర్మలముగనె పాప గన్పించుచుండు.

గీ. గరగరగఁ గాక యత్యంతకలుషమైన
హృదయవర్తన గలవాని కెల్ల ప్రకృతి
కలుషితముగనె హృత్ఫలకమ్మునందుఁ
బ్రతిఫలించెను; నక్లాట! ప్రకృతి తప్పె?

ఉ. ఎవ్వని తోడఁ గూడి సుఖియింపఁ దలంచెనొ? యట్టి వానినే
చివ్వఁగ రాక్షసాధముని చేతికి నప్పనసేసి వచ్చి, తా
నవ్వలఁ గుందు వీటిఁడియు నంగనలం గలదే? సపత్నిపైఁ
బ్రువ్విన కచ్చుచే నుడుల రువ్వెదుగా కటులఁ సహోదరీ!"

—: ర జ ని :—

మ. "సుజనీ! కావడి మోయు వానికెగదా! స్తోకమ్మొ యస్తోకమో,
భుజమందున్న భరమ్ము బోధపడు నా పోల్కిన్ దమోగ్రస్తుఁడై
నిజకాంతుండు కృశించుచుండ సతికిన్ వెమ్మొందుచున్ జిత్తపం
కజ మెట్లుండునో? నాకుఁ గాక, మఱి నీకా? తేఁటతెల్లం బగున్.

గీ. చేరి, కూడిమాడి, క్షీరనీరన్యాయ
కలనఁ జెలఁగుచున్న కవలఁ జేరి,
యొకరి కొకరు గాక యుండున ట్లెడఁబాపు
జాల్మహంసి గాదె, సవతిచేడె.

మ. పతి బాధింపఁబడంగ నెట్లగు సతీస్వాంతంబులో నన్న సం
గతి నింతేనియు నీ వెఱుంగ వటు గానన్ బల్కె దెల్లని; నీ
పతికిన్ నీకును పొందుమాపి యెడఁబాపన్ గాంత దూషించు నీ
గతి నే నప్డుగదా కనుంగొనెద నక్కా! చెప్పెదన్ రమ్మటుల్."

—: సు జ ని :—

గీ. "మగని మానస మింకొక్క మార్గమునకు
నేగకుండఁగ బిగువుగా లాగి పట్టు
రసికతాప్రాభవమొ, నాతి కెనఁగి యున్న
నెట్టి దాంపత్యదుఃఖంబు నెట్టు లోదవు?

గీ. మగఁడు క్షీర మైన, మగువ క్షీరము గాక
నీర మైన, యట్టి నీచమైన
సాహచర్య ముడిపి సత్సంగమును గూర్చు
టదియుఁ దప్పె రాజహంసి కరయ?"

—: ర జ ని :—

గీ. "బలవదింద్రియవిషయకవ్యసనకలనఁ
జేయునది యేదో తెలియక చెయిదములను
సలుపు మగవార లనువింతజంతువులకు
రాగ మేల ? రమణ యేల ? రకము లేల ?

క. మగవారి విశ్వసింపఁగ
మగువా ! యెన్నఁడును జనదు; మాటాడిన రీ
తిగ నడవరు; కనఁబఱతురు
మొగమోటము మొదటఁ బిదప మోసపువృత్తిన్.

ఉ. పురుషులు నూతనప్రియులు; పొంపెసలారెడు కన్యకామణిన్
దఱిసిన లేని కూర్మిని ముదమ్మును నింపు ప్రతిజ్ఞ లాడి, చేఁ
బిరిగొను దాఁకఁ బాట్లుపడి, పిమ్మటఁ గొంత సుఖమ్ము నొంది, క
న్నెత్తియుఁ దీరుచోఁ గనరు, కూడరు, వారిని నమ్మఁబోలునే?

క. నీ కాంతుఁడు, నా కాంతుఁడు
గైకొని తోడ్తెచ్చి, సొగసుకత్తె లిరువురన్
నీకై నాకై చూడక
యే కాలము వారి తోడనే యుందురు చెలీ !

గీ. వీరి వదలించుకొనియెడు వెర వొకింత
మనము యోజింపవలయు; నీ మాట యెట్టు
లున్నన్ దొల్తఁ గుముదిని నోసరించి,
నా బెడద తీర్చు తెర్వు కనంగ వలయు."

—: సు జ ని :—

క. "ఏ వగ నెఱుఁగక యున్నను
నో వనితా ! యేల యిటుల నూరక వారిన్
దీవరముగఁ గాఱించెదు
నీ వలెనే వారుఁ గూడ నెలఁతలు గారే ?

ప్రత్యూషము.

సీ. వాఙ్మనఃకాయప్రవర్తనమ్ములచేత
నెవ్వానిఁ దలపోయు నేడుగడగ ?
సాహచర్యక్రియాసమ్మదావాప్తికి
నెవ్వానిఁ దలపోయు నేడుగడగఁ ?
దా నను నొకవ్యక్తి ధరణిపై నిలుచుట
కెవ్వానిఁ దలపోయు నేడుగడగఁ ?
దన యనురాగలతాశ్రేణి ప్రాఁకుట
కెవ్వానిఁ దలపోయు నేడుగడగ ?

గీ. నట్టి నిజజీవితాధారమైన పతిని
నసురు నోటికిఁ దిను మని యప్పగించి,
నాతి తానేమి బాఁపుకొనంగఁ దలఁచు ?
నేటి కా రీతిఁ గుముదిని నీసడింతు ?

క. మగఁ డెట్లు మాననీయుం
డగు నతనికి మాననీయ మగు వస్తువులున్
ముగుదకు మాన్యము లగుటన్
దగ దిట్లు సపత్నిదూషణ మ్మొనరింపన్.

ఉ. ఎంత ప్రియమ్ముతోడ హృదయేశ్వరు నీవు వరించినావొ ? తా
నంత ప్రియమ్ముతోఁ బడసె నన్నవిశేషము నట్టులుండని
మ్మింతకు భేదబుద్ధి జనియించిన దిప్పుడు నీకుఁ గాని, య
క్కాంతకుఁ గాదు; స్పర్ధలకుఁ గారణ మియ్యెడ నీవ? యామెయా?

ఉ. కాన సపత్నిపైఁ దగని కచ్చ వహింపకు; మిట్టి పొచ్చెముల్
మానుము; నీకు బ్రాతియగులాగున నామెకుఁ గూడ సౌఖ్యస
మ్మానితజీవితాభిమతమార్గములన్ జరియింతువేని, నీ
కేని, సపత్నికేనిఁ, బొర లేర్పడ విమ్ముగనుందు రందఱున్.

శా. "ఏమో నీతులఁ జెప్పి, వాతెఱను మూయింపం బ్రయత్నింతువో
భామా! కాఁపుర మిట్లు గడ్డలయి, దాంపత్యంబు దగ్ధంబుగా
నై, మా సెన్ దనదాఁక వచ్చినదె కాదా? యేరికిన్ దెల్లమాఁ
గామాటమ్మ లెవేని నీ కయిన సౌఖ్యం బెప్పు డిట్లుండునే?

మ. కెలనన్ జేరి సపత్ని యిట్లు మెలఁగన్ గీడొంచి మేలెంచఁగా
వలయున్ గావున నీకు మాత్రమును సాపత్న్యంబుచే నెవ్వగల్
గలుగంబోవని యేమి రూఢి? యపుడే గారాముగాఁ బూవు లా
కులు దెప్పించుకొనంగసాఁగె నిఁక నీకున్ దప్పునే? దాస్యమున్.

క. ఇప్పుడు కాకున్నను మఱి
యెప్పటికిన్ దప్పఁబోని దింత నిజము నీ
క ప్పడఁతివలనఁ జెడుగులు
చెప్పెద నా హితవు వినుమి చెలి! సుఖపడుమీ.

ఉ. ఈ మెలనాఁగ లిట్లు మన యిర్వుఱ కడ్డముగాఁ జరించినన్
గాయువు పేర్మిఁ జేసి మన కాంతులు వారల కౌఁగిలింతలన్
స్వీయమనోజరాజ్యమహనీయసుఖావలి నొప్పగింపఁ ద
న్వీ! యిఁక నేల? నా గతియు నీ గతియున్ మఱి యింతె చూచితే.

ఆ. ఒల్లగిల్లి యిట్టు లూరకుండుట యెట్లు
వనిత! చేతఁగానివారి భంగి?
మిన్నకున్న వారు మీఁది కెక్కఁగయుందు
రెట్లు మనకు వ్యధ నశించు టెట్లు?

ఆ. మనము మిన్నకున్న మనవారె మనల ని
రాదరించుటయె యథార్థ మబల!
మొత్తవారిఁ జూడ నొత్తఁగా మనసౌట
సహజలక్షణంబు జగతి యందు.

ప్రత్యూషము.

క. మునుముందుగఁ బెండ్లాడిన
మనకంటెను వారు గనిరి మన్నన నౌనౌ
మునుకొన్న చెవుల కంటెన్
వెనుకొన్న విషాణయుగమె నిశితమ్ముగదా !

క. తమకొఱకుఁ బ్రాఁకులాడిన
ప్రమదలమగు మనమె యిట్లు పరులముగాఁగాఁ
దము నెన్నఁడుఁ దలపెట్టని
ప్రమదలు ప్రియపాత్రలగుటె పరమాద్భుతమౌ.

ఉ. చూఁచుచు నూరకుండు మటు, చోద్యము లన్నియు నే నొనర్తు స
కోచము లిట్లు వ్యర్థముగఁ గోల్పోని మిన్నకయుంట చేతనే
యీ చెడుబొకిచానలు, పయింబడి, నాథుల నూఁచముట్టుగా
దోఁచుకొనంగఁ జాలి రమృతోదరి ! యింకను మిన్నకుండుటా ?

సీ. పతుల కప్రియములౌ పనుల నాలోచించి,
తన్నియు క్రమములుగాఁ బన్ని చెప్పి,
చేడెలచే వానిఁ జేయించి, వద్దువ
ద్దనుచున్నఁ జేసిరం చచటఁ దెల్పి,
యతివినయము విధేయతతోడ భర్తల
మది కెక్కునట్లుగా మెదలుచుండి,
విభులకు వారన్న ద్వేషంబు గల్పించి
వారికి వేఱు నివాసములను,

గీ. మిగుల మెలఁకువ తోడ నమ్మగువలకును
నాఁగఁ జొక్కైనఁ ద్రావ నీ రైన లేక
పనికిమాలిన వారలై పడఁతులందు
నట్టి భ్రష్టలు లేరను నట్లొనర్తు."

— : సావసి :—

క. "మనవారొల్లరు నాయం దలఁతురు
నని వనితా! యింతగా నడుమస్తగు చంద
మ్మునను చెప్పి, తగదు టన్నను
వినబడదా! యేమియును స్థ లెఱింగ్డవతో?

క. బహుబహువిధములు తప్పుల
గడ కెంతకుఁ బనిరాజ్ఞ; దలకే! కాయు కొ
ళ్ళఁడము నుడిపడ నాస్తి సి
కడుకొన్నటు గ్గొనిచేవంగాని పనుమిటుల్.

గీ. బలము గలవార లిలలోన గెలుచు పగిది,
బలము గలవార మనలోన గెలిచినారు
కాని వారల నిర్బంధఁ బూనుకొన్న
వారి బలరహస్యము లేవొ వలన తెలియ?

సీ. తమప్రియాల విభు లున్నఁ దమి నొంది, లేకున్న
శ్రమనొందినట్లుండు చమరుకతనఁ,
దమరూపముల సున్నితపుఁ జెన్నుఁ గనుఁగొన్న
జను లన్నుఁ గొనఁజేయు శక్తికతనఁ,
దమప్రాయముల సోయగము నాయకుల స్వీయ
ములఁ జేయు రసికత్వ మొలయుకతనఁ
దమవల్లభులమానసము లాటలలోన
ఘుస్తున్న రాగవాసనలకతనఁ

గీ. గామినీమణు లిట్లు కన్పట్టు మనల
కమనుల మనోనురాగసౌఖ్యములఁ బడసి,
కొలుచుచున్నార లనుమాట మఱచిపోయి,
యటు లోనర్తు నిటు లోనర్తు ననెద వీవు.

ప్ర త్యూ ష ము.

గీ. వారి యాకృతులందు శృంగారసుషమ
తోడ సరిపోల్చుకొనఁజూచి, తోడి చేడె
లాత్మవదనాంఘ్రిపాణినేత్రాంగవితతి
సరసికొని నిస్పృహను జూపుచురు జగాన.

గీ. చెల్లి ! నీ వంత ససిగఁ జూచితివొ లేదొ
వారి ముఖబింబనిర్గతప్రచురరుచుల
పరిభవము దాఁకి, తన్మయత్వంబు నొంది,
ప్రజ్ఞ, బోధయుఁ, బాయనివారు కలరె ?

క. వారల వాసన సోఁకినఁ
గారే ? యున్మత్తు లెట్టి కమ్రాళులు; శృం
గారరసమ్మున బ్రుంగెడు
వారల దఱిఁ జేరినట్టి వరధీరాళుల్,

క. వనితలకు రూప మున్నది
మన కది లేదయ్యె సరసమంజులతా వా
సన లెల్ల వారి కున్నవి
మన కవి లేవయ్యె నెట్లు మన్నింత్రు విభుల్."

—: ర జ ని :—

శా. "అక్కా ! అంతటి మాత్ర మైన మఱి నీ వా చేతికీ చేయిగాఁ
బ్రక్కన్ నిల్చి, సపత్నిఁ బాపుకొనఁ బ్రారంభించు నా యత్నము:
ధిక్కారమ్మునఁ ద్రోయ కించు కనురక్తిన్ జూపుటే కాని లోఁ
టొక్కం డైనను గాంచునే ? రజని యుద్యోగించు నక్కార్యమే:

గీ. అన్యు లొనరించు నట్టి యే హాని నేని
బ్రతిఘటించుట యంత దుర్ఘటము గాదు;
కాని, తనవారె తన ప్రాపు గాని యప్పు
డెంత చేసియు జయమందు నెట్టు లెవఁడు.

చ. పెనఁగకు మింక, నా హితవు వీనులఁ జేర్పుము? నీకు నాకు మే
లొనరుచు మాటలే నుడువుమంటిని; నీ వటు చూచుచుండ మేఁ
బని సకల మ్మొనర్చెద నుపద్రవముల్ దొలఁగించి వైతు నా
యను మటె చాలు నావల రహస్యము లెన్నియుఁ దెల్పెదన్ సతీ!

గీ. అనుమతింతు వనుచు నాలసించితిఁ గాని
యింతులకు బల మ్మదెంత యున్న
నే మొనర్తు రింక నెఱుఁగరో రజని స్వ
భావములను తత్ప్రభావములను,

క. రూపము, వలపును, రసికత
ప్రాపించిన వార లగుట వనితలు మనపై
నీ పగిది పేర్చి రనియె గ
దా! పల్కితి వంగనా! యట్లైనన్ వినుమీ!

క. రూపము వలపును, రసికత
ప్రాపింపని యట్టి వారి వలనన్ వీరిన్
ద్రోపాడి, మనము వచ్చిన
దూపటిలక యట్లు కొఱలుదురె యీ సిరితోన్?"

—: సుజని :—

క. "అనినంత పనికి నోపెను
వనితా? నిర్హేతుకముగ వారి సహాయం
బునఁ ద్రోసి పచ్చుపంతేటి
ఘనమైన నికార మేల? కావున వినుమీ:

క. నీవు మును పల్కి నట్టుల
నే, వేఱు నివాసములను నిర్మించి, తద్
యావాసము వీరికిఁ బతి
సావాసము మనకుఁ గలుగ సలుపఁగ రాదో?

ప్రత్యూషము.

—: రజని :—

సీ. "శత్రుశేషంబును శస్త్రశేషంబు నుం
చఁగఁగూడ దని లోకసామ్యముండ
నీ విట్టులం బల్కెదే విశేషము గాన
నక్క! నాదగు నుపాయంబు వినుము!
హితముచే విషమైన హితవు సేయఁగవచ్చుఁ
బగఁ బయన్నును నిష్టపఱపలేము
కావున హెగ్గడికత్తెల రీతిగా
మెలఁగి వారలఁ గొంచుఁ దోలఁగిపోయి

గీ. నొక్క విషవాపిలోఁ ద్రోచి కిక్కురనక
వచ్చి మగల తోడుత నాలిముచ్చులవలె
నుండి కోకొల్ల సౌఖ్యంబు లొందవచ్చు
సవతి బాధలచే నుపద్రవము లేక.

గీ. వీరి గుణములు లేని యా విషము వీరి
మేలి గుణముల హరియించి డీలుపఱచి,
మన గుణమ్ముల గౌరవమును వెలార్పఁ
గాంచి, పతులే సతుల సేవగించుకొంద్రు.

మ. మఱి మాటాడకు, మేకగర్భమున జన్మం బొందినామక్ నుడిక్
మఱవం బోకుము, నేను చెప్పు పలుకుల్ మన్నించి, మేలెంచి, నా
కొఱకై సమ్మతిఁ జూపు, మా పయిని నీకుఱ్ జేతనైయున్న ని
త్తఱి సాయమ్మగు మద్దుపుల్లలను మీఁదక్ వేయఁగాఁబోకుమీ."

క. పి రిటు లిచ్చుట తమతమ
దారిద్ర్యములను గుఱించి తలపోయఁగఁ గ్రీ
డారతి నవపత్నులతో
భూరమణులు సమ్మదమునఁ బొదలుచు నుండన్.

చతుర్థమరీచి.

—: కమలిని :—

క. "ఏవేవో రకరకముల
పూవులఁ గైసేసికొని ప్రమోదమ్మున సం
భావింప నాదు చెంతకుఁ
దా వచ్చెన్ సుజని సమ్మదమ్మగువేళన్.

గీ. ఉన్న దాన నూరకుండక నేనును
నక్క తలను పూల యందములను
మెచ్చుకొనఁగఁ బూలఁ దెచ్చిపెట్టు మటంచుఁ
గోర్కెఁ దెల్పితి ననుకొనియెఁ దరుణి.

చ. వలదని యంటిఁ గాని ప్రసవంబుల నే ధరియింపఁ జూడఁగా
వలయు నటంచుఁ దాఁ దనకె వాంఛ జనించె నటంచు బల్కి, పూ
వులఁ గొని తెత్తునంచు, వనభూములకుం జని, యక్క యెట్టు లె
ట్టులఁ దిరుఁగాడుచున్నదో ! కడుంగడు నా మది సంచలించెడున్."

ఉ. అంతకు మున్నె మిక్కిలి రహస్యముగా నరుదెంచి పొంచి, యి
ట్లంతిపురమ్మునన్ సతులు నాత్మవిభుల్ సుఖగోష్ఠి మాటయున్
మాఱియు నాడుకొం చనిన మాట యుపశ్రుతిగా గ్రహించి య
య్యింతుల ప్రేమలకున్ రజని యేగి గ్రహించి దరస్మితాస్యమున్.

—: రజని :—

మ. "కమలా ! పూవులఁ దెచ్చిపెట్టుమటె యమోఘప్రశ్రయం బట్టు లు
ల్లము నం దెంచెడి నీ యుదారగుణమే శ్లాఘ్యం బహో! యిట్లు కొం
చెము నే గొప్పగఁ జేసి, కర్తలకు నుత్సేకమ్ముఁ గల్పించు త్వ
త్సనుకాంతామణిప్రేమఁ దీర్చుటయె కాదా! వేడ్క మా బోంట్లకున్.

ప్రత్యూషము.

గీ. సఫల మగుటయొ, కార్యముల్ విఫలమగుటొ,
దేని కైనను కర్త యింతేని కాఁడు,
కోరి దానిని చేయించుకొనెడి వాఁడె
బాధ్యుఁ, డతని నేరుపె ఫలప్రాప్తిఁ గూర్చు,

గీ. చేయువాఁ డెంత తలపడి చేయుచున్నఁ
బనులఁ జేయించుకొనియెడు వాఁ డదృష్ట
హీనుఁ డౌనెడ నెట్టి చెయిదము లేని
వాని పేర్వెట్టి నంతనే వ్యతికరించు.

శా. కాకున్నన్ గమలావిలాసవతికిన్ గైసేయ నూహించి, య
స్తోకోత్సాహము తోడఁ ద్రిమ్మరఁగఁ బుష్పోద్యాన మందొక్క పూ
రేకైనన్ లభియింపకట్టి ఘనదారిద్ర్యంబు చేకూరనా ?
వాఁకన్ మేకొని, యీఁదఁబోవుటయుఁ ద్రావన్ నీరు లేకల్లుగన్."

—: కమలిని :—

శా. "కాంతా! యెంతగ నోరు జాఁచితి వక్కన్ గాని, నిన్ గాని, పూ
బంతుల్ దెచ్చిన గాని చెల్లదని నే ప్రార్థించినానో ? జగ
మ్మంతన్ ద్రిమ్మరి వచ్చి, నీ కొఱకు మే మల్లైతి మిల్లైతి మున్
వంకన్ జెందఁగనేల ? నిష్ఠురము నాపై వేయఁగా నేటికిన్."

—: రజని :—

మ. "రమణీ! గర్భిణి వాఁటఁ గోరికలఁ గోరన్ జెల్లదా ? మేము కా
మ్యములన్ దీరుపఁ జెల్లదా ? యిట లభింపన్ లేవు పూ లంచు; య
త్నము నేదే నిఁకఁ జేయకే నిను సుహాదాసీన్యమున్ జెంద ని
త్తుమె ? నీ చెప్పక ముందె చేయని మహాదోషాంశమే చాలదే ?

ఉ. అల్లటఁ గాంచి వచ్చితిమి;-అన్నియుఁ బూవులె;- యన్ని మర్వముల్
మల్లెలె,—యందు లేని కుసుమంబు లిఁకెందును లేవు;-పోయి నీ
యుల్లము మెచ్చు సుందరసుమోత్కర మందఱ మేరి యిత్తుమో
చెల్లెల! కాంతు లైన మఱి చెప్పరు దీనికి వేఱు మాటలన్.
గీ. వలదు వలదని యెంతగాఁ బలుకుచున్నఁ
బతుల నొప్పించి, చెప్పించి వారి చేతఁ
దేరుఁ దెప్పించి, శుద్ధాంత వారములను
బయన మొనరించి, రజని తా బయలుదేరె.

ఉ. స్యందన మెక్కి వందినివహంబులు గొల్వ, విహారకౌతుకేం
దిందిరముల్ మనోజ్ఞములఁ ద్రిమ్మర, నంతిపురంపుటింతులా
నందము తోడుతన్ విహరణం బొనరింపఁగ రాఁగఁ జేటికా
బృందము నిచ్చి వల్లభులు ప్రేముడి నంపఁగ నేగి రందఱున్.

చ. అడవుల నేగి, దూగి, యచలాళి గమించి, గమించి; సానువుల్
గడచి, క్రమించి; శాద్వలనికాయములన్ జనియున్; బయళ్ళలో
నడచి; గుహాంతరంబుల, వనంబులఁ, జెట్లలఁ, బుట్టలన్ వడిన్
వడి వడి నుత్తరించి, యొక ప్రన్నని చోటునఁ జేరి యందఱున్.
గీ. ఇంచుకంత విశ్రమించి యంతట లేచి,
రజని పెట్టు కొందరలకుఁ బెరలి,
యొక మనోజ్ఞ మైన యుద్యాన మందుఁ బు
ష్పాపచయము సలుప నరిగి రంత.

—: రజని. :—

సీ. "వలయునా? యివికుసుంభములు, కర్పూరఖం
డమనోజ్ఞ ధాళధళ్యములు, కలికి,—
నచ్చునా? యివికాంచనములు, కార్తస్వర
విమలాంగుహారణక్షుమములు, సుదతి;—

కనెదవా? యివియార్తగళములు, నీలాశ్మ
శకలనైర్మల్యభాస్వరము, లువిద;—
కోరెదే? యివిశీతభీరువుల్, కైశిక
స్మరకళాపాణింధమములు, తరుణి;—

గీ. కేసరము లివ్వి, నవనాగకేసరములు;—
జాతిలత లివ్వి, నవపారిజాతములివి;—
నాగతతు లివ్వి, యివ్విపున్నాగవితతు;—
లేవి వలయునో? చెల్లెలా! యెంచుకొమ్మ;—

క. ఈ రకము లగు ప్రసూన
క్షారకములు, కైశికప్రసాధనసుషమా
కారకములు, వాసన్తీ
కోరకములు, కోరుకొమ్మ, కొమ్మా! కొమ్మా!"

గీ. అనుచు నిటుల సుఖసమాసక్తిఁ బుష్పాప
చయముఁ బెక్కు వింత చందములను
వనము నందొనర్ప ద్వరవెట్టి రజని మ
జ్జనవినోదములను సలుప నేగె

గీ. ఎఱిఁగియున్న దౌట జఱుగఁబోయెడి హింసఁ,
జూడ లేని దగుట సుజని రాక,
శిబిర మందె నెపముఁ జెప్పి నిలిచిపోయె
సతులఁ దోడుకొనుచుఁ జనియె రజని.

ఉ. బంధురమైన వేడ్క నిటు పాటలగంధులు పోయి, పోయి, పు
ష్పంధయబాలికాముఖరసంకులఘుంఘుమనాదరమ్య, సౌ
గంధికసుందరాలయనికాయనితాంతగళత్సుగంధపా
ణింధమగంధవాహరమణీయము, నొక్క సరోవరాంతమున్.

క. కని యందు డిగ్గి, మజ్జన
మొనరించెను వేడ్కఁ దోడ యువతీమణు లం
దునఁ జొచ్చి రెలమి సాతం
చనలును, సామోదమతులు, సాంబరలునునై.

ఉ. దర్పకయోధుఁడే సుమశతఘ్నిగళమ్ముల, గంధధూమసం
తర్పిత భృంగగోళసముదాయముఁ బైపయి వెల్వరింపఁ దుం
తుర్పపరంపరల్ జివురుదోయిఘలం గొని వాని వేఁడిఁ జ
ల్లార్పఁగఁ జల్లునట్లు చపలాక్షులు జల్లులనాడి రందునన్.

—: రజని. :—

మ. "పడి యీ లాగున నోల యోల యని, పైపై జల్లులాడంగ మే
వడి మోవానను పురంధ్రులార! మఱి మీ వైదగ్ధ్యమున్ జూతుఁ బ
ట్టుఁడు నన్నీ జలగర్భమునన నిదే! షఱ్ఱుచ్చి!" యాచున్ గడుం
గడు వేగమ్మున మున్గెఁ దా రజని తత్కాసారనీరమ్ములన్.

క. వెన్వెంటనె యొక్కుమ్మడిఁ
దన్వీమణు లెల్లఁ గూడి తరళేక్షణకై
యన్వేషింపఁగ నుత్సా
హాన్వితమతు లౌచుఁ గడఁగి రా నీరములన్.

సీ. దొరగడల్ కుఱుఁగటన్ దొరలి వల్లైనచో
నావలావలకుఁ బారాడి పోయి,
యొకవైపు చూచి, వేఱొకవైపు మున్గి, శీ
ఘ్రమ్మున నట్టిట్టు గడవ నీఁది,
కనఁ జేరువగఁ దేలఁ, గలికి పట్టఁగ రాఁగ
మొగ మంచు నీరమ్ము లెగయఁ జిమ్మి,
యిందందుఁ జెలులు పరీక్షించుచుండఁ దా
నున్నచోటనె తేలకుండ నుండి,

గీ. యిటులఁ జాతుర్య మొనయించు చెవ్వరికిని
జిక్కకుండఁగ నందఱు నొక్క భంగి
వేసరిన దాఁకఁ ద్రిక్కులఁ బెట్టి పెట్టి
యదను గనుపెట్టి, సవతిదయ్యములఁ గిట్టి.

గీ. పండ్లు బిగపట్టి, పాదముల్ బట్టి, యీడ్చి
నీరముల ముగ్గి, యీఁదెడు వారి నందె
యదిమి వారల వక్షంబు లందుఁ దనదు
పాదములఁ ద్రొక్కి గట్టిగాఁ బట్టి నిలిచి.

—: రజని. :—

శా. "ఆగుం డాగుఁడు రండు రా ఁడిఁయుల ! నిందంమఱ్ఱ బరీక్షింపుఁ ! డ
యయ్యో! గోలన్ జెలియుం ద్రదృశ్య లగుటే యూహింప లేమైతి మీ
భాగ మిర్మాఁతకుఁ గూడ నందనిది; యీ ప్రాంతమ్ము లం దీఁదఁగా
నేఁ గన్గొంటిని; వారిఁ బోకుఁ డటుఁన్ మీరేని బల్తెంపునన్.

ఉ. ఏరి మనోరథంబులను నిందటమున్ దనియింపఁ దృప్తి నిం
డారఁగ వచ్చినారమొ ? కటా ! మహిళామణు లట్టి వారినే
క్రూరసరోవరాంతమునకున్ బలిగా నిడినార మయ్యొ, యిం
కేరికి నై సుమంబులను నీఁకలన్ గొని తెత్తు మయ్యయో !

గీ. ఇంక వెదకియు లాభ మింతేని లేదు;
రండు రం డిఁకఁ దటముఁ జేరంగ,—నయ్యొ !
బిరబిరం బోయి నాదు శిబిరము నందుఁ
గలదు, చెలులార ! కొని తెండు వలిప మొకటి.

క. ఇం దీఁదఁ లాడు తఱి నా
కుం దెలియక నెట్లొ కట్టుకొనిన కోక జలము లం
దెందో పడిపోయె నయో !
తొందరగాఁ దెండు పోయి తొయ్యలులారా !

గీ. చాల తడవాయెఁ జెలి పోయి సరసి యందుఁ
గూరుచుండఁగ లే నీవు గూడ పోయి
నీవు గూడ, నీవును గూడ, నీవు గూడఁ,
బోయి, త్వరవెట్టి, కొనిరమ్ము పొమ్ము పొమ్ము.

గీ. అనుచు నీ రీతి నందఱు నవలఁ దఱిమి
యంబువులఁ జాల కాల మున్నందు వలన
స్మృతివిహీనత నున్న నెచ్చెలుల సతులఁ
గడు నగాధపదమ్మునఁ బడఁగఁ ద్రోచె.

గీ. కోకఁ దేరఁబోయిన వారు రాక మున్నె
కొలను వెల్వడి, రయమున గొల్లెనలకు
నరిగి తనచిర తన కండె దొరక దానిఁ
గట్టికొని వచ్చితి నటంచుఁ గ్రమ్మి చెప్పె.

గీ. కమలినీకుముదినులకుఁ గల్గినట్టి
యాపద నెఱింగి, సుజని యత్యంతమైన
చింతచేఁ గుందెఁ, గాని, తాఁ జేసినట్టి
బాసచే సుబ్బ కేమియుఁ బలుకకుండె.

గీ. కొంత సేపు సతులకుఁ గల్గిన యవస్థఁ
గూర్చి చింతఁ జేసి, కొందలమున
స్యందనముల నెక్కి, యందఱుం బయనించి,
స్వీయవాసములను జేరుకొనిరి.

*   *   *   *   *

గీ. కంకణస్ఫూర్తిఁ జెలువారు కరము లెత్తి,
నిమిరి, సంజ్ఞావిహీనదేహముల తోడ
నీటఁ దేలెడి సతులను నెమ్మి దనర
సలిపె సంభావనమ్ముఁ గాసారలక్ష్మి.

క. సలలితరూపమ్ములతోఁ,
బలుచని తడి యొదలతోఁ, గృపావీచులతోఁ,
జలదేవత లరుదెంచిరి;
సలిపిరి సాధూపచారసమితి సతులకున్.

సీ. ఇందీవరముఁ బోలు సుందరాస్యముఁ గాంచి,
యిది యేమి? మా జాతి యిచటఁ గలదు;
గండు తుమ్మెద లేలు కైశికమ్మును జూచి,
యిది యేమి? మా వంశ మిచటఁ గలదు;
గండకమ్ముల వంటి కనుల నాలోకించి,
యిది యేమి? మా కుల మ్మిచటఁ గలదు;
నలికర్పరము లేలు లలితాంఘ్రియుగముఁ గాంచి,
యిది యేమి? మా వర్గ మిచటఁ గలదు;

గీ. అనఁగ రాజీవములు తలలను గదల్చె;
ననఁగ భ్రమరాళి సంతసమ్మున నటించె;
ననఁగ పాఠీనములు కన్ను లార్ప వయ్యె;
ననఁగఁ గమఠాళి చరణంబు లందు నిలచె.

ఉ. సారససత్వసంతతులు చల్లని కూర్మి సమాదరించుచున్
వారలఁ బ్రోచుచుండఁగ సపత్నులె తా మటుబోటి కెంతయున్
గారకు లన్న సంగతిని గంజదళాక్షులు విస్మరించి, యీ
తీరున వీరి జీవనపుఁ దీవలు నాఁటుకొనెన్ సరస్సునన్.

*　　　*　　　*　　　*

క. అచ్చట నగుణుఁడు, వరరుచి,
వచ్చిన కాంతలను సతను వాల్లభ్యమునన్
గ్రుచ్చి కౌఁగిళ్ళ, ముగ్ధల
ముచ్చటలను దెల్పుఁ డనుచు మోముల్ గనుచున్.

—: అరుణుఁడు :—

క. "మీఁగే వచ్చితి రేలా ?
యేరీ ? కమలిని కుముదిను లేలా? జాగై
నా ! రింక నెంత సేపటి
లోఁ రాఁ గల ? రెంత దవ్వులో నున్నారో ?"

—: రజని :—

క. "అంతయు సలక్షణముగనె
సొంతమ్మై పోయె మేము సానందనితాం
తాంతఃకరణుల మయ్యుఁ గొ
అంత యిదే కలిగెఁ దీర్ఘరాకిటు మాకున్.

క. అందట నొక కాసారము
నం దిగితిమి; జల్లులాడినారము; మే మీ
సందడిలో నుండఁగ నే
మందును? కాన్పింపరైరి ప్రాదమునఁదరుణుల్.

క. అది కన్గొని, మిక్కుటముగ
వెదకితి మా క్షణమునందె, ప్రియసఖులకునై ;—
తుద కిట్లయ్యె; నభాగ్యను,
హృదయేశా ! యీ వియోగ మెటు సైరింతున్ ?"

శా. దారల్ పై వచియించు మాట విన, రాష్ట్రశ్రేణి యం దెవ్వరిన్
జీరన్ బోవరు, చక్కనొత్తరు వయిం జీరాకు చేలాగ్రముల్,
తేరుల్ బూన్పఁగఁ బంప, రాయుధములన్ దెప్పింప రవ్వేళఁ గా
సారోద్విగ్నవధాంగనావనమహోత్సాహోత్సుకులై భూవరుల్,

ప్రత్యూషము.

చ. అరదముఁ బూన్చె సూతుఁడు; నయమ్ము భయమ్మెసలార నట్టిటుల్
పరువిడఁ జొచ్చె నెల్ల పరివారము; తత్తఱపాటు తోడ వే
గరులు పథమ్ముఁ గన్పఱుపఁగా ముందుముందు మెలంగి; రిట్టు లె
ల్లరుఁ జలితప్రవర్తనములన్ జరియించిరి; సాతురాత్ములై.

గీ. ఎట్టకేలకుఁ బ్రియకాంత లెనసియున్న
తమ్మి నెలవును రాజచంద్రములు చేరి,
వారి నందున నుండి వెల్వరిచి, తెచ్చి,
నెమ్మి లాలించి, తమచెంత నిలుపుకొనఁగ.

క. అమితసరస్సహకారని
యమితక్రమజీవితమున నలరారెడి యా
ప్రమదలను వెలువరింపఁగఁ
గమలిన యాస్యములఁ దాల్పఁ గడఁగిరి వారల్.

—: అరుణుఁడు, వరరుచి :—

ఉ. "ఇది యే మిట్టుల బెగ్గలించెదరు? మమ్మీక్షింపఁగా మీకు స
మ్మద మేపారదొ? లేక మా యెడల సంప్రాప్తించెనో? లోప మె
య్యది యైనన్, మిము నొంటిగా నిచటఁ బాయన్ ద్రోచి, యాకీతి నీ
ముదితల్ వచ్చి రటంచునో? కతము దెల్పం డేలనో? సుందరుల్!"

—: కమలినీ కుముదినులు :—

సీ. "అందముఁ గల రహస్యపుఁ గళల్ గొని తెచ్చి,
కఱపు సోదరుఁడు బంభరుఁడు వీఁడు:—
అన్యులతో మాకు వ్యాసంగసరణి నే
ఱుపు బంధుగుఁడు సమీరుండు వీఁడు;—

అనవరతమ్ముఁ గన్ను లార్పక కని కాచు
 ద్వార, రక్షకుఁడు రోహితుండు వీఁడు;—
ఆధారములుగ మా యడుగు లందుండి, కా
 పాడు దక్షులు కూర్మవరులు వీరు;—

గీ. ఇట్టి జీవరక్షకులను నెడసి వచ్చి,
పుట్టినిల్లగు కాసారమునను వెడలి,
మేము వైవర్ణ్యమొందక మించు టెట్లు?
అలసిపోవక యింకను వెలుఁగు టెట్లు?

గీ. కాన మమ్ముల మా యింటి కడనె విడిచి
నిరత మరుదెంచి, మమ్ము మీ రరయుచున్నఁ
దనరుచుందుము మిగుల సంతసము తోడ
వసగుచుందుము మము మీరు గనకయున్న.

గీ. ఇట్టు లితరేతరము పొత్తు లెడసి మనము
నిలుచు టెట్లని మీరు చింతింపవలదు;
ఎందుఁ గలిగినఁ జిత్తమ్ము లందుఁ బ్రేమ
లుండనగుఁ గాని యెచ్చోట నున్న నేమి?"

గీ. అనెడు నలివలఁ గాసార మందు డించి
వచ్చినప్పుడు స్పృశియించి, పలుకరించి,
పోవుచుందురు; కాల మిప్పోల్కి నెల్ల
జనుల కానందకరముగా జఱుగుచుండ

ఇది

ప్రణయసంస్మృతి.

గీ. భవ్యలావణ్యమయబహిఃప్రకృతి కెల్ల
నెట్టిదయి సొంపు పెంపు వహించు వెలుఁగు
భావరతచిన్మయాంతరప్రకృతి కట్టి
దయిన ప్రేమోపపత్తికి జయము జయము !

ప్రత్యూషము.

పంచమమరీచి.

శా. దైతేయేంద్రచతుర్దశక్రమసమంతప్రాశితాత్మప్రభా
స్ఫీతుండై, యరుణప్రసాదితకళావిభ్రాజితుండౌచు, నీ
భాతిన్ గాలముఁ ద్రోయుచున్న రజనీభర్తన్ నిరోధించె ను
త్పాతం బింకొకఁ, డద్ది యాతని చరిత్రన్ ద్రిప్పె వేఱొ పుటన్.

—: వరరుచి :—

గీ. తరుణపల్లవకుసుమమంజరులతోడ
పరభృతకుహూకుహూగానఝరులతోడ
కానుకల వెట్టె, మనకు నాహ్వాన మొసఁగు
మన వనేందిర చెలువమ్ముఁ గనుము! చెలియ!

గీ. ఎన్నఁడో నాదు గాత్రమం దెదిగి యొదిగి,
ప్రీలిపోయిన విశ్వైకవిజయశక్తి,
హృదయమున నాకు నుబుకుచున్న దిపుడిపుడె
రజని! యిదె తోఁచు శుభముహూర్తంబుపోల్కి.

చ. అదె కనుఁగొమ్ము విశ్వవిజయ మ్మొనరించెదు నప్డు ప్రాణసం
పద తొలఁకాడుచున్ వెలఁగు మామకజీవితచర్య, మంగళా
స్పద మగు నట్టి హూ పిటుల బగ్గముపాడయి పోయెఁ బొంగుచు
న్నది మఱి యుందె యేలొకొ? మహాద్భుతసత్వము నూతనంబుగన్

ప్రత్యూషము.

గీ. అనెడు వరరుచి మాటల నాలకించి,
సుదతి చూచెడి వైపేను జూచినాఁడ,
చలనచిత్రప్రతిమలు నిశ్చలనదశను
కొఱలు నప్పటి దృశ్యమ్ము గోచరించె

గీ. శ్వశురు నానతి నరుణుఁడు వరరుచియును
దిగ్విజయయాత్ర సల్పిన దృశ్య మెల్ల
విపులముగ స్పష్టముగఁ గానుపించుచుండెఁ
బూసగ్రుచ్చిన యట్టుల భూతగతులు.

శా. ఆ తారాపథమండలిన్ విధిరహస్యంబుల్ ప్రదర్శించు జీ
మూతచ్ఛాయల వ్యోమదృశ్యముల విస్ఫూర్తిన్ విడంబించుచున్
భూతార్థంబుల నెల్ల గన్పఱచుచున్ భూపాలపుత్రద్వయీ
చైతన్యాన్వితజీవితప్రతికృతుల్ సాక్షాత్కరించెన్ గడున్.

గీ. ఎంత పెద్దవిహాయసదృశ్యమైన
వాలు కజ్జాఁపు కబళింపఁ జాలి నటులె
యా మహాజీవితచరిత్ర మంతయు నట
నొక్క చూపునఁ గాన్పించుచుండె దవుల

—: రజని :—

గీ. "ఎన్నఁడును గానుపించని యిట్టి వింత
యిపు డిటులఁ గానుపించుట కేమి కతము ?
ఎన్నఁడును దవ్వుగా వ్యక్తి నెడయనట్టి
భూతవృత్తాంత మిటు వేఱుబోవు టెట్లు ?"

—: వరరుచి :—

గీ. "ఇది తమోసురు మహిమ మి ట్లెల్లరకును
వారి యనుభూతభూతానుభవము వారి
నెడయ నేరదు; నాకును నిట్లె నన్ను
నాశ్రయించిన వారికి నరయ నగును.

గీ. అరుణునకు భూతమని భవిష్యత్తనియును
వర్తమాన మ్మనియుఁ గాలవర్తనముల
భేదములు లేవు;— శాశ్వతాభిన్నమైన
వర్తనముఁ జూపుఁ గాలమ్ము వాని యెడను."

గీ. అటులె చొదవ్వగా మన కవలనవల
జరగిపోవుచుఁ జివరకు మఱపు గోతు
లందు దిగఁబడు మన జీవితానుభవమె
భూతవృత్తంబటంచు నేఁ బోల్చికొంటి

గీ. ఇరులలో లీనమైపోవు నివను వోలె
జలధిఁ గలసిన నీలాల వెలుఁగు వోలె
మఱపు లో నేఁటి బ్రను కెల్ల మాయమగుచె
భూతవృత్తం బటంచు నేఁ బోల్చికొంటి.

—: వరరుచి :—

క. "పమునాల్గవ తఱి నసురుఁడు
గొదకొని భుజియించె నింతకుఁ మున్నె గదా
యిదియేమొ? దనుజు నేగెలి
చెద నని హృదయమ్ము మిగులఁ జెప్పెడు నువిదా!"

—: రజని :—

గీ. "చలము లేదు, దేహ బలము లే, దతిలోక
మైన యరుణు తేజ మేని లేదు;
దనుజనాథు నే విధమ్మున మీరు జ
యింతు రంచు సంశయింతు ననఘ."

ప్రత్యూషము.

గీ. "ఏ విధమ్మున దనుజు జయింపగలనో
యెఱుంగ నింతేని నే నేని జరగువరకు
హృదయపుంజాటు చోటుల మెదలుచున్న
సూచనల బట్టి నాకళ్ళు తోఁచు నంతె!"

గీ. కాని యే రీతి విజయోపకరణమైన
ముగ జయించునో ? దనుజని ప్రాణ్కి నంచు
నటులే సేనుఁ జూచుచు సంబరమున
మిగుల నుత్క్కంఠ తోఁడుత మొలఁగుచుంటి.

—: వరరుచి :—

చ. "కుచుకుచుఁ గ్రన్కచుఁ దలిరుఁగొప్పులు గాలికి నూఁగ, ద్రొల్లి, నే
లనుబడి, కీచకీచని కులాయమునఁ నిమరించు తల్లి నా
లున గఱులార్చి పిల్చు పస్సిగ్రుడ్డను బెంటియు బోతు వచ్చి యె
ట్లనుశయ మొప్ప ఆక్కల యయ్యాల పయిఁ గొ�"నిహోవుచున్నవో?

శా. రాగావేశము చేత శృంగముల యగ్రంబుల్ మెయిఁ మోపి, తా
ప్రమాగ స్వైట్టుచునున్న వల్లభన కున్నదానురాగమ్మునన్
దీగెల్ దూఱుల తోఁడ గ్రుడ్డెఱటి లేదీవారు లంఛున్న యా
నాగమ్మున్ గొని, నోటన్ బెట్టెడు కురంగమ్మున్ విలోకింపుమా !

గీ. పయ్యంటఁ జవళించు బంభరభర్త పనికి
బిడియమునన్ గుంచుకొనుసట్లు ముడుచుకొంచు
దన చెఱంగున నాతని దాఁచి కప్ప
కొని సుఖమ్మమ పద్మిని ఁ గనుము చెలియ !

౯౮

గీ. ఆత్మసంప్రాప్తినభ్యుదయమ్మునొందు
రసికవరుఁ డైన సారంగరమణుఁ డువిద !
యాత్మసంప్రాప్తి యనఁగఁ బరాపజయమె
యాత్మసంప్రాప్తి యనఁగ స్వయంప్రవృద్ధి."

—: రజని :—

గీ. "వల్లభా ! యిట్టి సొం పిదివఱకె చూచి
యున్నదానను కొలని యం దోలలాడు
చున్న సమయాన; నిది కాంచుచున్న నిపుడు
కుముదినిఁ గూర్చి యొదవెఁ గొందలమ్ము."

—: వరరుచి :—

గీ. "అదియు నిదియును నా జీవితాంశములకుఁ
దోఁచుఁ బ్రతిబింబములుగ నా తోయ్యలివగు
నీకు నట్టి దృశ్యమ్ము గన్పించె నతివ !
నాకు నిట్టి దృశ్యమ్ము గన్పడెను నతివ !

గీ. మనకుఁ దెలియదు కాలక్రమమునఁ గాని
యడఁగి, యిందున్న పరమరహస్యములగు
విషయములు కాంత ! యిసుమంత విశ్రమింప
రమ్ము ! రమ్మిందుఁ బూవుటీరమ్ము గలదు.

శా. పూలుఁ మొగ్గల తోడ దంతురముగాఁ బొల్పొందుచున్నట్టి వ
ల్లీలీలాలయ మొక్కదానిఁ గని, కేళీలాలసత్వమ్ము, ని
ద్రాలోలత్వముఁ గ్రమ్ముదేర, నిజశీర్షంబుఁ బ్రియాంకంబుపై
నాలంబించి, శయించె, భూరమణుఁ డత్యంతప్రమోదాత్ముఁడై.

గీ. అంకనిక్షిప్తమగు ప్రియాస్యమును గాంచి,
ముదిత యనురాగవశమున మోవిఁ గఱచి,
తత్సుఖమ్మునఁ దన్మయత్వంబు నొంది,
యవనిపైఁ దాను సైతము నవ్వుఁగొనియె.

ఉ. అమ్మెయిఁ బారవశ్యమున నా రమణీమణి విశ్రమింప శీ
ఘ్రమ్మున నా కుడుంగముల కంచువలన్ వెలువాఱి, భూరినా
గ మ్మొకఁ డేగుదెంచి, యొడికమ్మున నన్నరనాథు నాస్యబిం
బమ్మును బట్టె ఘోరవిషవహ్నిశిఖాజ్వలదుగ్రదంష్ట్రలన్.

ఉ. ఆ కరణిన్ సుషుప్తిమయుఁడై సుఖియించు నృపాలు మోము ద
ర్వీకరభీకరాస్యవిషవేల్లితదంష్ట్రికలన్ సుదష్టమై
చీఁకటి మూఁక లెల్ల నివసింపఁగఁ గట్టిన కొంప వోలు పూ
ర్వాకృతితో సమానముగ నయ్యె మనోహరదీప్తి మాయఁగన్.

గీ. పాడువడిన యింటిపైఁ బూచినట్టి పు
ష్పంబు వోలె నున్న వదన మకట!
అహ్యసహ్యవహ్ని కగ్గమౌచుఁ గ్రమక్ర
మముగఁ గమలి, కుమిలి, మాఁగువాఱె.

గీ. సొక్కి, నిదురవోవు సుఖజీవి నిట్లు కా
కోదరమ్ము కాఁటుగొన్న కతన
జీవరహిత మగుచు శీర్షమ్ము దిగజాఱి
తరుణి తొడల నుండి ధరణి కొరగె.

గీ. అలికిడికి లేచి యాత్మేశుఁ డట్టు లుంట
కెయ్యదియు హేతు వరయక యింతి మిగుల
చీఁకువడి, కటకటఁబడి, చిడిముడిపడి,
తొట్రువడి, తెల్విఁగోల్పడి, త్రొక్కటపడె.

సీ. అవి రహశ్శిథిలంబులై యామె శూన్యవ
క్త్రింబు వెల్వడని యాక్రందనములు;
అవి ద్వంద్వసంఘట్టనాఘూర్ణితాంతరం
గ ప్రతిబింబదృగ్జాలకములు;
అవి యమాయికసాధ్వసాతిరేకద్యోత
కాంకసమ్మిళితవపుఃకంపనములు;
అవి హృదగ్ణవక్షైరవార్వవహ్నిచ్ఛటా
దుస్సహనిశ్శ్వాసగూమపటలి;

గీ. అవి మనస్స్రవథుల లోతు లందు నుండి
జాలిగాఁ బైకి వచ్చు నీలాల రుచులు;
అవి నిరామయమానవవ్యక్తి పూర్వ
జగతిఁ బాడిన యొకటి విషాదగీతి.

గీ. వనట నెఱుఁగని ప్రథమప్రపంచ మందు
గజని యనువ్యక్తి హృదయాంతరాళ మనెడి
ధ్వాంతము నగల్చి, యందుండి బాములను త
మోసుసని దూత లొండొండె ముసరుకొనిరి..

గీ. అతిపవిత్రమ్ము లైన దేవాలయములఁ
బతితు లగువారు జొరఁబాఱు పగిది నిరత
సౌఖ్యగోచరమగు నాదిజగతి యందు
నేఁబు తమోసుగ నను చను లలముకొనిరి.

క. అనిదంపూర్వమ్మును మీ
దినిలో సపుకపుఁ బయలుదేరెను మరణం
బను వింత తెలియనేరక
వనితయు దిగ్భ్రమము నందు బందిగనయ్యెన్.

ప్రత్యూషము.

క. నివ్వెఱపడి, యిటు లా సతి
నెవ్వగ నేమియును గనక నెవులునఁబడి లో
నవ్వుచు భ్రాంతిలి యుండగ
దవ్వుల నెవ్వారో పిలచు ధ్వని వినఁబడియెన్.

—: అశరీరి ప్రబోధనము :—

ఉ. "ఓ మహిళాలలామ! యిటు లూరక భ్రాంతిల నేల? యాత్మవి
ద్యామహనీయదుస్తరరహస్యము లెన్నియొ సంఘటించి, తా
నీ మెయి సృజ్యకర్మ మెలయించెఁ బితామహుఁ డిందుఁ గల్గు ను
ద్దామవిచిత్రముల్ దెలియఁ దక్కునె యెంతటి బుద్ధిశాలికిన్?

గీ. సాగరాంబర యైన విశ్వంబు లోన
సృష్టి యే రీతిగా నొనర్చెద నటంచు
మిము సృజించె నుదాహరణముగ దీని
యొరవడిఁ బట్టి పై సృష్టి పరిచరించు.

శా. ఆద్యంతమ్ములు లేక, యింతయను మాయ్యం బేదియున్ లేక, ఁ
త్యధ్యక్షుంబగు కాలవృత్తి యిఁక ముం దత్యంతభిన్నంబగున్
సద్యస్కాలము, భూతకాలము, భవిష్యత్కాలమన్ బేళ్ళతో
వేద్యంబౌ, భువి శర్వరీదినపృథగ్భేదప్రమాణంబుగన్.

సీ. వ్యక్తిద్వయవ్యవాయమ్ముచే, మిథునధ
ర్మమ్ముచే, బీజ మారంభమగును;
పుంస్త్రీరజశ్శ్రీలఁ, బోషితమ్మై, యంగ
భూషితమ్మై రూపముదరి నొందుఁ;
చైతన్యభరితమై, శక్తివిస్ఫురితమై,
యుదరకందరమునఁ గదలుచుండు;
భావోదయనిరూఢిఁ బ్రాపంచికక్లేశ
వాసనల్ గ్రహియించి వనట నొందుఁ

గీ. తుదకు విజ్ఞానమూర్తియై దోసిలొగ్గి,
విశ్వనాయకుపై మనోవిరతి నిలిపి,
మోచనమ్మునకై వేచి వేచి యుండి,
యిటులఁ బ్రతిజీవియును జనియించుచుండు.

అనయము భూమిపై జనన మందిన ప్రాణిచయంబు పుట్టి, వ
ర్ధనమును జెంది, చచ్చు; నిటు ప్రాకృతభూతములెల్ల, మూఁడు వ
ర్తనములఁ బొంది, మూలపుఁ బదార్థము నందు విలీనమౌఁ దుదన్
ఘనతరకర్మసాక్షులయి, కాంచుచునుందురు మీరు వారలన్.

గీ. జంగమస్థావరాత్మక జగతి యందు
జంగమంబగు జగమె ప్రశస్తమగును;
స్థావరాత్మకమై యొప్పు శక్తు లెల్ల
జంగమమునకె పుష్టి నొసంగుచుండు.

సీ. భూతలమ్మున సముద్భూతమైనట్టి భూ
తములందు బ్రాణు లుత్తమతఁ జెందుఁ;
బ్రాణులలో బుద్ధిరతజీవు లధికత
దైవారు, బుద్ధిమజ్జీవులందు,
మనుజులు శ్రేష్ఠత్వమును వహింతురు; సృజ్య
కర్మంబు నందు సర్గక్రమాంత
రమ్ము లీ విధి నొప్పఁ, బ్రతిజీవి కాలార్ణ
వమ్మునఁ జేలెడు పడవ యగుచు,

గీ. బహుళతృష్ణాప్రభంజనప్రహతులకును
దూలి ప్రత్యాశ యను ననుకూలవాత
ములకు లేచి, జన్మద్వీపమున వెలువడి,
నిధనమను దీవికిన్ బయనించుచుండు.

సీ. జగమందు సకలంబు సత్తు నసత్తునా
ద్వివిధమౌ నాధిదైవికము, నాధి
భౌతిక మ్మనుపేళ్ళఁ బరఁగుచుండు; నసత్తు
నశ్వరంబగు; సత్తుశాశ్వతంబు;
తడుపంగఁబడనిది, దహియింపఁబడనిది,
శోషింపఁ బడనిది, చోరఁబడనిది,
ఛేదింపఁబడనిది, శీతోష్ణసుఖదుఃఖ
ములఁ జెందనిది, వంత మొనయనదియు,

గీ. సఖిలవిశ్వంబు నిండియున్నదియు, నింద్రి
యమ్ముల కగోచర మ్మచింత్య మవికార్య
మైన దొక్కటియే పరమాత్మ; యదె శ
రీరముల నెల్లఁ బెల్లావరించియుండు.

గీ. మీర లాత్మపదార్థనిర్మితశరీర
సహితులై యుంట మీకు నశ్వరత లేదు;
అసదసత్పీడయే దుఃఖమంద్రు; వ్యథకు
కర్తలే గాని, కర్మలు గారు మీరు.

గీ. జగతిలో జన్మ మొందిన సత్వములకు
నాది యవ్యక్త మంత్య మవ్యక్తమగును
వ్యక్త మగునది యెల్ల మధ్యదశ యొకటె,
జీవితమ్మని యదియె వచింపఁబడును.

క. ఎన్ని యసద్వస్తువులే
భిన్నములై నిధన మొంది విడివడిన నవి
చ్ఛిన్నత బొంది, నిరంతర
మున్నతి వహియించుచుందు రువిదా! మీరల్.

గీ. కాని మీ రసద్భావసంక్రాంతజగతి
నాశ్రయించిన వారలే యగుట నాది
యంత్యమును సంధ్యలను విషయంబు లందు
బద్ధు లయ్యెద; రైన శాశ్వతులె సుమ్ము.

గీ. క్లేశ మనునది ప్రాణికి లేదు మొదటఁ
గోర్కియే దుఃఖముల నొడఁగూర్చుచుండుఁ;
గామికే సిద్ధిలేమిచేఁ గలుగు వంత,
క్లేశమే లేదు ఫలతృష్ణ లేని యెడల.

గీ. క్షణము నేఁ పైన మనుజుఁ డకర్మకృత్తు
గాఁగ జీవింప లేఁడు; లోకమ్ము లెల్లఁ
బ్రకృతిజన్యగుణములక వశము లగుచుఁ
బనుల నొనరించుఁ దప్పించుకొనఁగ లేవు.

మ. అవివేకమ్మున నాచరింపనని కార్య మ్మేను నెవ్వం డహం
యువు ? మాయాబల మట్టి వాని మది నుద్బోధించి, యాత్మస్వభా
వవశంబై తనరారు తృష్ణయను చాపల్యంబుఁ బ్రేరేచి, యా
యవకార్యంబును వాని చేతులనె చేయుంజేయు చిత్రంబుగన్.

గీ. ఎతఁడు ఫలసిద్ధి యెడఁ దటస్థత వహించు
సాక్షిమాత్రుఁడై, కర్మముల్ సలుపు నతఁడు
జగతిలో మీకునుం గల్గు స్థాన మదియె
కర్మసాక్షులై వెలుఁగొందఁగలరు మీరు.

గీ. జీవితమ్మను రథమును జిత్త మనెడు
నినుపపడివాగె గట్టిన యింద్రియమ్ము
లనెడి గుఱ్ఱాలు పడనీడ్చికొనుచుఁ బోవఁ
బురుషుఁ డవశుండు వోలెఁ దా నరుగుచుండు.

ప్రత్యూషము.

శా. అస్వాధీనమనస్కుఁడై నరుఁడు మాయామేయసంఛన్నబు
ద్ధిస్వైరత్వముఁ బూని, స్వీయకృతులే దివ్యంబులంచెంచి, పు
ణ్యాస్వల్పిష్టము లైన కర్మముల నానందమ్మునం జేసి, భ్ర
ష్టస్వాశావశ మైన క్లేశశిఖలన్ సంతప్తుఁడై కుందెడిన్.

గీ. అటులఁ గాక మనోనిగ్రహమ్ముఁ గలిగి
యర్థముల బంధిగొన్న సంయమి మనస్సు
ఘననివాతస్థదీపమ్ము కరణి నచల
మై తనర్చు జీవన్ముక్తుఁ డగును వాఁడె.

గీ. అనలశిఖలను బొగ గప్పినట్టు లెల్ల
కర్మములఁ జుట్టియుండు నఘమ్ము; స్వస్వ
భావజన్యమ్ములగు కర్మపటలి వలెనె
కర్మదోషమ్ములకును నగ్గమగు జనుఁడు.

గీ. కర్మసన్యాస మతనికిఁ గాని పనియె
కనుక దోషమ్ముఁ దప్పించుకొనఁగ లేఁడు
ఫలముఁ ద్యజియించి, కర్మముల్ సలుప వచ్చు
ముక్తివల్లిక కదిగదా మూలదుంప.

గీ. తను వహంకారమును ప్రాణములు హృషీక
ములు నధిష్ఠానశక్తులు గలయు కతన
నెల్ల కర్మమ్ములగు మహాహేతువులగు
నయ్యధిష్ఠానదేవత లనఁగ మీరె.

సీ. ఆద్యంతములు లేక యత్యద్భుతావ్యక్త
లక్షణమహిమఁ గాలమ్మటంద్రు;
పరమాత్ము నాకృతి ప్రతిబింబ మగు నిది;
గంభీరమగు కాలగర్భమందు,

పరమాద్భుతములైన పరివర్తనమ్ములు
జీర్ణమై, లీనమై, చెరిగిపోవు;
ఘటనాసమన్వితకాలశక్తిదురంత
జవ మాపఁగల శక్తి జగతిలేదు.

ప్రతినిధులు మీర లువిదఁ యీ ప్రబలశక్తి
కవతరించెద రీ రీతి నఖిలజగతి
శాసన మొనర్పఁ జాలిన శక్తు లగుచు
దిమ్ము దేవత లంచు లోకమ్ము కొలుచు.

గీ. ఘటన యన నెవ్వ రాదురో? కాల మనఁగ
నెవ్వ రాదురో? యని సంశయింప నేల?
నిన్ను నీ యక్కఁ గడుపారఁ గన్న వారు
ఘటన, కలిదేవు లనువారు గారె? కాంత!

గీ. భూతపంచక మందొక్క భూత మైన
నింగియే కద! నీకు ననుంగు మామ?
అతని యుపాధిరూపమ్మె యగును గాదె?
అమలమానస, మేచక, యతని భార్య.

గీ. ఇంత సృష్టికిని ప్రధానహేతు వైన
ప్రథమబీజమ్ము స్త్రీపుంసనిధువనమ్ము;
కలదు పతివత్నికే యట్టి గణ్యతయును,
నా పవిత్రభావమ్మును నతిశయముగ.

గీ. విధవ విధిశిష్టసంతానవృద్ధి కింక
వలనుగానిది గావున వలను దప్పి,
స్థావరాత్మకనిర్జీవజగతి యందుఁ
జేరిపోవును, కాలిన చెట్టు వోలె.

ప్రత్యూషము.

క. అల్లదె కుంభీనస మదె
క్షుల్లకవిషమయము లైన కోఱలతో నీ
వల్లభునిం గఱచె భవి
వ్యల్లక్షణములును నిటులె చావునకుండున్.

గీ. అది విధిప్రేరితమ్మయి, యరుగుదెంచి,
కఱచి, చంపిన దిట్లు నీ కాంతు నతివ!
యిటులె ప్రతిజీవి చావున కేదొ యొకటి
కారణ మ్మగుచుండు లోకమ్మునందు."

క. ఇంత వచించి హఠాత్తుగ
నంతర్వాణిప్రబోధ మైపోయిన న
క్కాంతామణి యున్నట్టులె
కొంత చలమ్మొంది, మేలుకొని, విస్మితయై.

గీ. నలుగడలఁ జూచి, యొక నికుంజమ్మునందు
సంహసంహుల బారాను చందశూక
పతిని గన్గొని, భీతిల్లి, ప్రక్క నున్న
పతికళేబరమును గాంచి, ప్రజ్ఞ దూలి.

శా. ఉన్మాదమ్ము, నమర్షమున్, బడి మనం బుఱ్ఱూఁతలూఁగంగఁ జే
య నోన్మోహంబు మఱింత వానికిని దోడై వచ్చి క్షోభింపఁ జే
య న్మార్గక్రుధ మంటలై మొగసి రా నా కాంత బల్వింత వి
ద్యున్మాలాక్రమతగామినియై, పఱచి, యా దుష్కుండలిన్ బట్టినన్

చ. భుజగము నిట్టు లా చివురుఁబోణి కరమ్ములఁ బట్ట నద్దియున్
గిజగిజఁ గొట్టుకొంచు విడనేరక యందిన చోట్ల నెల్ల నా
రజని శరీరమున్ నిజకరాళముఖమ్మునఁ గాట్లు వేయ న
క్కజముగ నప్పుడున్ విడక కక్కస మొంది వచించె నీ గతిన్.

—: ర జ ని :—

చ. "కఱవవె! పాపజాతి! విషకల్మషదంష్ట్రిల నిండు నందు నా
నెఱకుల నాటవే! యిదె కనీనిక, లియ్యవి లొట్ట గొట్టుమా!
కఱచితివా? సరే! యిదిగో! కంఠము, ప్రాణము లేగు దారి, యీ
గుఱి హృదయమ్ము, ఫాలమిది, గ్రుచ్చుము, నచ్చినచోట్ల కోఱలన్."

గీ. రజని కన్గొంట లంకుండి భుజగమిట్లు
పెఱకికి వైచిన గ్రుడ్లను గఱచి, పట్టి,
పడగ సట్లెట్లు ద్రిప్పుచు పడువుగాంచి,
నిజము చెప్పెద, జంకితి నేను గూడ.

—: ర జ ని :—

మ. "అహాహా! లోకమ! నీ మహోర్భటిని నీ వ్యర్థాట్టహాసమ్ము సం
గ్రహముగా జేసి, యొకింత నాను మొఱ నాకర్ణించి, పొమ్మా! సుదు
స్సహ గాఢాగ్యదశానిమగ్న, నను నీ చక్షుశ్రవం బిట్టు లా
గ్రహమూర్ఛావశవృత్తిమై గఱచి, పోకార్చెగా మదాలోకముల్.

మ. సకలోర్విపలయాలయమ్ము తన యాజ్ఞావర్తియై కొల్వ తు
ష్టకసత్వమ్ములు స్వీయరుజ్మహిమ కొల్లంబోయి, యల్లాడ మా
మకపుణ్యమూర్తి యొకప్డు తా వెలిగె నా మన్నిందు చెల్లగా బిబీ
షకలన్ జూపుచు నేటి కిక్కరణి రెచ్చెన్ క్షుద్రజంతౌఘముల్.

గీ. నా శరీరమ్ము నుండి ప్రాణమ్ము తెగసి
పోక మున్నొక్క పఱి వల్లభుని గనంగ
హృదయ మారాటపడి పర్వులెత్తు నయ్యొ!
యిరుల తుట్టెలు కనులని మఱచిపోయి.

ప్రత్యూషము.

చ. అపకృతి కోర్వనట్టి యొక ప్రాణము నావటిలంగఁ జేసి నీ
చపుఁ గసి నా పయిన్ బరపసమ్మున నింకను జూపె దేల? పా
పపుటఁజాతిపన్నగమ! వైరము నోర్వక యే కదా నిక్కృ
ష్టపుదశ చెందె నా సవతిచాన, యిసీ! రజనిన్ గికుర్చుటా?

ఉ. ఘాతికకోటి కంతటికి బాంధవుఁ డైన మదాత్మనాథు ని
ర్హేతుకరుంద్రవైరమున హింస యొనర్చితి విట్లు లోసి! దు
ర్జాతి! విషాగ్నిదంష్ట్రిల నృశంసముగాఁ బడఁబీఁకి రక్తపుం
గోతులు గాఁగఁ జేసి తివిగో! పొగచూఱిన గ్రుడ్డి నేత్రముల్.

గీ. నా మనోహరు నిటునాశన మ్మొనర్చి
నన్ననాథగఁ జేసి తన్యాయముగను;
పృథివిఁ బతివత్ని కుండు పావిత్ర్యమునకు
నెడము సేసితి వీ గతి హీనజాతి!

గీ. కనులు లోత్తులు వడిపోయె ననుచు వగవ
ననుచరుల కిట్లు లెడమైతి ననుచు వనర
నీ భయంకరవిషబాధ కేని వెఱవ
నకట! వైధవ్యదుఃఖమ్మునకె తపింతు.

చ. హృదయవిదారక మ్మయిన హింసకుఁ బాల్పడి, రెండు జీవు లీ
యదనున క్షోభిలన్ గహకహార్భటిఁ జేసెడి నీదు ప్రజ్వల
ద్వదనముచే విషోరగమ! దంపతులన్ బ్రణయోపజీవులన్
జెదరి, నశింపఁ జేసితివి, చొదెను గాక! ఫలమ్ము దానికిన్.

మ. నిను నా తీక్ష్ణపునర్భవచ్ఛురికలన్ దీంద్రమ్ముగా గ్రొచ్చి, నీ
తనువున్ బేల్కొలు పేల్కొలా నటుల నిర్ధారింపకన్ మున్నె నా
ఘనకృచ్ఛ్రప్రదభర్తృనమ్ము వినుమో కాకోదరస్వామి! జీ
వన మెల్లన్ దదనూనయాతనలకే దౌర్భాగ్యం బగున్ గావుతన్.

మవుర మృత్యువేదనల కీగతి హేతువ వైతి గాన నో
సురగమ ! నీవునున్ బ్రదికియుండగనే నెల రెండు సారులన్
మరణమహావ్యథాక్షుభితమానస వౌచు శరీరమోక్షమున్
రకము నొందుమిా ! దినదినమ్మును గండము తోడఁ గడ్పుచున్.

గీ. ఏను పతినిష్ఠితమ్మగు హృదయమునను
జీవితమ్మును బతికి వెచ్చించినట్టి
మానవతి నేని నే నన్న మాట లెల్లఁ
దిరుగు లేకిల్లె మున్ముందు జఱుగుఁగాక."

—: చక్రి :—

"విధినాథుండు నిమిత్తమాత్రముగఁ బంపెన్ నన్ను నీ నాయకున్
వధియింపన్ గత మేను గా ననుచుఁ దా వ్రాక్రుచ్చె స్వర్వాణి నిన్
విధవన్ జేసితి నంచు న న్నిటుల నిందింపంగ నేలా ? యిసీ !
క్రుధచేఁ గన్నులు పోయి నట్లె మతియున్ గోల్పోతివే ? కోమలీ !

గీ. నీతి లేకిట్లు నను శపించితివి కాన
నింతగా నీవు మది నసహ్యించుకొనెడు
నల్ల వైధవ్యమును మాస మందు నొక్క
దినము మగఁ డుండగనె రుచిఁ గనెదు గాక !"

గీ. అని మనుష్యస్వరంబున ననిన ఫణిని
మాఱుమాటాడకే క్రుధోన్మాదమునను
గోళ్లతో గ్రుచ్చి, తనశక్తి కొలఁది రజని
రోషముగాఁ జించి, పడవైచె మొంజేములను.

గీ. మనసు పట్టుదలకు మనుచున్నదే కాని
మగువ యసువు లెపుడో యెగిరిపోయెఁ
గాన నిట్టి యసురకార్యంబుఁ గావించి,
తుష్టి తోడ నుసురుఁ దొరఁగె రజని.

గీ. కాని యంతలో నద్భుత మైన కరణిఁ
దునుక లైపడ్డ యహిదేహమునను వెలికి,
నిర్గమించె మహోద్దండనిరయవర్తి!
వక్రమూర్తి!! తమోసురచక్రవర్తి!!!

గీ. వచ్చి, రజని శవమ్ముపై వంగి, చూచి,
"భళిర! మెచ్చితి, రజని! నీ పగకు మిగుల
నీవు నా తోడు వగుట కెంతేనిఁ దగుదు"
వనుచు నక్కుణపము మోచికొని యరుగుచు.

—: తమోసురుడు :—

గీ. "ఓడె, ప్రేమబలంబు తా నోడె నరుణుఁ
డోసి, జడలోకమా! చెవులొగ్గి, వినుము;
గెలిచె, హింసాబలంబు తా గెలిచె నసురుఁ"
డని జయధ్వానములు చేసికొనుచు నేగె.

గీ. ఇంతి కుణపంబు చేతు లం దెత్తి పట్టి,
ఋటులఁ గేకలు వేయుచు నేగుచున్న
యసురు నార్భాటమును గన్నులారఁ గాంచి,
దానినిం గూర్చి మది నిట్లు తలఁచినాఁడ

గీ. రాజు వరరుచి చనిపోయె, రజని చెల్లె,
రజని గావించినట్టి కుట్రలకు విరిసి
చనిరి, కమలినీకుముదినుల్ చాలవరకు
నరుణు బల మిట్లు కనఁబడుఁ దఱిగినట్లు.

గీ. ఆత్మసంహృతి యనఁగఁ బరాపజయమె
యాత్మసంహృతి యనఁగ స్వయంప్రవృద్ధి
యన్న వరరుచి పూర్వవాక్యములఁ జూడ
నరుణుఁ డోడుట కడు సంశయాస్పదమ్ము.

గీ. తొలఁగిరే కాక రజనియు వరరుచియును
ననుభవించిరి గాక వ్యత్యయము లెన్నొ
యయిన నరుఁడుం బ్రదికియున్నంత వరకు
నోడిపోవుట యనుమాట యుండరాదు.

గీ. ఆత్మసంహృతి యనఁగఁ బరాపజయము
స్వీయవృద్ధియు నగుటెట్టులో యటంచు
నేను చింతించుచున్నంత నింగి నెల్ల
భేదన మొనర్చు నొక హారాన్నాదమయ్యె.

గీ. నేను విభ్రాంతిలో మున్గి నిలిచి యట్లె
యన్ని వైపులఁ గాంచెడు నంతలోన
వెనుక నెయ్యదియో వెన్ను విఱుగఁ బొడిచి,
నన్నుఁ బడఁద్రోచి నాపైని నడచిపోయె.

గీ. వీపు సవరించుకొని, కను ల్విచ్చి, లేచి
చూచు సరి కేదొ తన్నుఁ దా నూదికొనుచు
నల్లగా నభ్రమునఁ బ్రయాణ మ్మొనర్చు
చుండె నా ముందు సత్వరోద్దండగతిని.

స్రగ్ధర. ధూమ స్తంభంబు లెన్నో ద్రుతయుతగతులన్
దూలుచున్ సోలుచున్ బ్రో
ద్దామద్రాఘిష్ఠభీమోద్ధతశిఖరుల చం
దమ్మునన్ స్ఫూర్జథుఘ్నో
షా మేఘజ్యోతిరుగ్రశ్వసనభయదముల్
జాలులై సంచరింపన్
వ్యోమాభోగం బదెల్లన్ భుగభుగమనుచున్
బొంగి నట్లాఘమయ్యెన్.

ప్రత్యూషము.

మ. వివిధాకారములన్ ధరించి, యిటులన్ విన్వీథిలోఁ దేలు నం
బువహానీకము నందుఁ జిక్కువడి నే వ్యోమస్థలిన్ దాఁటి పో
ల్కి విహారం బొనరింప లే కటునిటుల్ బేర్వారుచున్ ధూమయో
నివితానంబులఁ జొచ్చుచున్ వెడలుచుంటిన్ బెక్కు చందమ్ములన్.

ఉ. ఏనుఁగు నెక్కితిన్; దురగ మెక్కితి; నెక్కితి నొంటె; డోలికా
యాన మొనర్చితిన్; శయనయాన మొనర్చితిఁ; బక్షిలీల సం
డీన మొనర్చితిన్ మొయిలు నీడల; నిట్టు లనేకరూపముల్
బూని, చరించు నభ్రముల మూఁపుల నెక్కితి; నెక్కి తూలితిన్.

గీ. ప్రౌఢనీవల్లికాశాఖికాగ్రములను
నధివసించి, విహంగమపృథుకలీల
నందుఁ దనరారు జ్యోతిర్లతాంతములను
గిల్లి, పడవైచినాఁడ మొగిళ్ల మీఁద.

క. ఏమరుపాటునఁ జనుచో
నే మొయిలో యరుగుబెంచి యింకొక దానిన్
దీమసమునఁ దాఁకఁగ నే
నా మధ్యము నందు కీచు మంటిన్ బాధన్.

గీ. ఒక్క ధారాధరాగ్రమ్ము నెక్కి, నేను
పయన మొనరించు తఱి నన్యవారివాహ
మొండు దఱిఁజేర రాఁగ నిందుండి దాని
యందు లంఘించి, యొకకొంత యాడుకొంటి.

గీ. తడవ తడవకు నియ్యుపద్రవములెల్లఁ
దప్పుకొని, కాచుకొనుట కెంతయును విసిగి,
కాఱు మెయి లొండు గుల్మమ్ము కరణి నోర
వంపుగాఁ గొంప వలెఁ బాఱివచ్చుచుండ.

గీ. దానిలోఁ జేరి, గర్భాంతరాన కేగి,
తడవి, కుమ్మరైనచోఁ గూలఁబడితి, నింత
లోన మఱికొన్ని యబ్దముల్ దీని తోడఁ
దారసిల్లిన గతి నిది దద్దరిల్లె.

గీ. వజ్రనిర్ఘోషములును శంపాద్యుతులును
కరకలును దీనిలో ననేకములు తెరలి
పుడమి పైననో యెచటనో పడుచునుండె
నొదిగి, నక్కితి నే నందు నొక్క మూలఁ

గీ. అంతలోననె పెటపెట మనుచు వ్రీలి,
నే నడఁగి యున్న మొయిలులో నిర్గమించి,
యేదియో భైరవజ్యోతి యేగుదెంచెఁ
దెలివిఁ దప్పితి దానికి నిలువ లేక.

ఉపసంహారము.

ఉ. చల్లని పిల్ల గాలుల ప్రసారముచేఁ దెలివొంది, లేచి నే
నల్లన నాల్గు వైపులను నారయఁ దోఁటి ప్రపంచమందిరం
బెల్ల నదృశ్యమయ్యె నొక యీరిక పాన్పు పయింబరుంటి లేఁ
దెల్లని వెల్లు వెల్గువలఁ దేలుచునుండె సమస్తలోకముల్.

గీ. హృదయపాత్రిక నిండు సమ్మోదరసమ్ము
గుబుకుగుబుకునఁ బైపైకి నుబికి, రాఁగఁ
బ్రకృతిసౌభాగ్యవతి మోము పట్టఁజాల
నట్టి లేనవ్వు లొలుక నట్టిట్టులయ్యె.

గీ. తనకుఁ దెలియక యుబుకు నుత్సాహ మాఁప
లేక, చిగురులఁ దిని, పాడె కోకిలమ్ము;
తనకుఁ దెలియక తన్మయత్వంబు నాఁప
లేక ముసిముసి నగి కనువిచ్చెఁ బూవు.

గీ. ఉదితవిశ్వకళ్యాణముహూర్తవేళ
నవ్యమధురసహస్రకంఠమ్ము లెత్తి
విహగవైతాళికశ్రేణి విటపు లందుఁ
బూని, యాలపించె, నుషఃప్రబోధనముల.

గీ. దిశలు మైకమ్ము దిగజార్చి, తెలివిఁ దాల్చె,
గాలి పూబాలికలను నుయ్యాల లూఁచెఁ;
బారవశ్యము నొందిన పగిది ప్రకృతి
లలితభాగమ్ము లెల్లను తెలివిఁ దాల్చె

గీ. సిగ్గుచే మూతి ముడిచిన మొగ్గలెల్లఁ
బులకితము లైన హృదయాల ముదము కతన
గిలిగిలింతల నొందినట్టులుగ విరిసి,
పక్కుమని నవ్వి యన్నుచే సొక్కుచుండె.

గీ. పోఁకు మేసెడి పసిజింక పొట్ట క్రింద
జలదరించిన మై నొక్క శలలి దూఱె,
శోణపాన మొనర్చిన దాని ముండ్లు
కాలుచున్నవి నెఱి దబ్బనాల వోలె.

గీ. దొంగతనముగ నొక్క కుడుంగ మోల
మాసఁగొని; హానిఁ గనక వయాళి సలుపు
కీటకము నొక్కదానిని నోటఁ బట్టి
సమలెఁ గఱకఱ నీ వంగనాచి తొండ.

గీ. నాస ముసుఁగున ముసిముసి నసురుచున్న
ప్రసవములఁ జేర మొగమోటపడెను తేఁటి
తుడను టెక్కించి ముక్కునఁ బొడిచి పట్టి
కొమ్మపైఁ జేరుచున్న దా గోరువంక.

గీ. కొమ్మ పైనుండి యూబిలోఁ గూలి సగము
చచ్చి, దఱిఁజేరి, పొదలలోఁ జొచ్చు, బడుగు
తొండ నొకదానిఁ బోసిక తోఁకఁ బట్టి
జాలి లేకీడ్చుచున్న దీ మాలకాకి.

గీ. గుండె వగిలిన తూరుపు కొండగోఁగు
పూవు రేకుల యిఱుకుల పొరల నుండి
సన్నసన్నగ స్వర్ణకేసరమరీచి
కలు కదాచిద్వికస్వరమ్ములయి మొలచె.

www.ingramcontent.com/pod-product-compliance
Lightning Source LLC
LaVergne TN
LVHW080004230825
819400LV00036B/1231
* 9 7 8 1 2 4 5 0 5 7 3 1 8 *